அடி

தி. ஜானகிராமனின்
பிற காலச்சுவடு வெளியீடுகள்

நாவல்

- ❖ அமிர்தம்
- ❖ மோக முள்
- ❖ மலர் மஞ்சம்
- ❖ அன்பே ஆரமுதே
- ❖ அம்மா வந்தாள்
- ❖ உயிர்த்தேன்
- ❖ செம்பருத்தி
- ❖ மரப்பசு
- ❖ நளபாகம்

சிறுகதை

- ❖ கச்சேரி
- ❖ கொட்டு மேளம்
- ❖ சிவப்பு ரிக்ஷா
- ❖ சிலிர்ப்பு
- ❖ தி. ஜானகிராமன் சிறுகதைகள் (முழுத் தொகுப்பு)

குறுநாவல்

- ❖ தி. ஜானகிராமன் குறுநாவல்கள் (முழுத் தொகுப்பு)

பயண நூல்

- ❖ நடந்தாய் வாழி காவேரி (சிட்டியுடன்)
- ❖ கருங்கடலும் கலைக்கடலும்
- ❖ உதய சூரியன்

வாழ்வியல் சித்திரம்

- ❖ அபூர்வ மனிதர்கள்

கட்டுரைகள்

- ❖ தி. ஜானகிராமன் கட்டுரைகள்

'அடி' 1979ஆம் ஆண்டு *மோனா* இதழில் வெளிவந்தது. இப்பதிப்பில் உதவிய தஞ்சாவூர் கவிராயர் அவர்களுக்கு நன்றி

அடி

தி. ஜானகிராமன் (1921–1982)

தி.ஜானகிராமன் தஞ்சை மாவட்டம் மன்னார்குடியை அடுத்த தேவங்குடியில் பிறந்தவர். பத்து வருடங்கள் பள்ளியாசிரியராகப் பணியாற்றியவர். பின்பு அகில இந்திய வானொலியில் பணியாற்றி ஓய்வுபெற்றார். கர்நாடக இசை அறிவும் வடமொழிப் புலமையும் பெற்றிருந்தவர்.

1943இல் எழுதத் தொடங்கிய தி. ஜானகிராமன், 'மோக முள்', 'அம்மா வந்தாள்', 'மரப்பசு' உள்ளிட்ட ஒன்பது நாவல்கள், நூற்றுக்கும் மேற்பட்ட சிறுகதைகள், மூன்று நாடகங்கள், பயண நூல்கள் ஆகியவற்றை எழுதினார். சிட்டியுடன் இணைந்து எழுதிய 'நடந்தாய் வாழி காவேரி' பயண இலக்கிய வகையில் முக்கியமான நூலாகக் கருதப்படுகிறது.

'மோக முள்', 'நாலு வேலி நிலம்' ஆகியன திரைப்பட மாக்கப்பட்டுள்ளன. 'மோக முள்', 'மரப்பசு', 'அம்மா வந்தாள்' ஆகிய நாவல்களும் பல சிறுகதைகளும் இந்திய, ஐரோப்பிய மொழிகளில் மொழிபெயர்க்கப்பட்டிருக்கின்றன.

1979இல் 'சக்தி வைத்தியம்' சிறுகதைத் தொகுப்பிற்கு சாகித்திய அக்காதெமி விருது வழங்கப்பட்டது.

● அன்பார்ந்த வாசகருக்கு,

வணக்கம்.

காலச்சுவடு நூலை வாங்கியமைக்கு நன்றி.

நூலின் உள்ளடக்கம், உருவாக்கம், அட்டைப்படம் இன்ன பிற அம்சங்கள் பற்றிய உங்கள் கருத்துகளையும் ஆலோசனைகளையும் காலச்சுவடு வரவேற்கிறது. தகவல், எழுத்து, வாக்கியப் பிழைகள் தென்பட்டால் அவசியம் தெரிவித்து உதவுங்கள். நூல் தயாரிப்பில் கடும் குறைபாடு இருப்பின் மாற்றுப் பிரதி உங்களுக்குக் கிடைக்கக் காலச்சுவடு ஏற்பாடு செய்யும்.

மின்னஞ்சல்: **publisher@kalachuvadu.com**

காலச்சுவடு நாகர்கோவில் அலுவலகத்திற்குக் கடிதம் அனுப்பலாம்.

தங்கள்
எஸ்.ஆர். சுந்தரம் (கண்ணன்)
பதிப்பாளர் – நிர்வாக இயக்குநர்

Unauthorised use of the contents of this published book, whether in e-book or hardcopy format, for any type of Artificial Intelligence (AI) training — including but not limited to Machine Learning, Deep Learning, Natural Language Processing, Computer Vision, Chatbot Training, Image Recognition Systems, Recommendation Engines, and Language Models — is strictly prohibited without prior licensing from the publisher. Any such unauthorised use may result in legal action.

தி. ஜானகிராமன்

அடி

காலச்சுவடு பதிப்பகம்

அடி ❖ குறுநாவல் ❖ ஆசிரியர்: தி. ஜானகிராமன் ❖ © உமா சங்கரி ❖ முதல் பதிப்பு: 1979 ❖ காலச்சுவடு முதல் பதிப்பு: டிசம்பர் 2017, ஏழாம் பதிப்பு: செப்டம்பர் 2025 ❖ வெளியீடு: காலச்சுவடு பப்ளிகேஷன்ஸ் (பி) லிட்., 669, கே.பி. சாலை, நாகர்கோவில் 629001 ❖ கோட்டோவியங்கள்: கோபு ராசுவேல்.

aTi ❖ Novellette ❖ Author: Thi. Janakiraman ❖ © Uma Shankari ❖ Language: Tamil ❖ First Edition: 1979 ❖ Kalachuvadu First Edition: December 2017, Seventh Edition: September 2025 ❖ Size: Crown ❖ Paper: 18.6 kg maplitho ❖ Pages: 120

Published by Kalachuvadu Publications Pvt. Ltd., 669 K.P. Road, Nagercoil 629001, India ❖ Phone: 91-4652-278525 ❖ e-mail: publications@kalachuvadu.com ❖ Line Drawings: Gopu Rasuvel ❖ Printed at Mani Offset, Chennai 600077

ISBN: 978-93-86820-08-2

09/2025/S.No. 788, kcp 6012, 18.6 (7) ass

முன்னுரை

சபலம் பந்தம்

குடும்ப அமைப்பில் பெண் ஒடுக்கப் படுகிறாள். இந்தப் பெண் ஒடுக்கலைச் செய்யும் ஆணும் நிம்மதியாக இல்லை. இருவர் ஒன்றாதல் என்ற இலட்சியநிலை, பொய்யாய்ப் பழங்கதையாய்க் கனவாய்ப் பொருளற்ற பேச்சாய்த் தேய்கிறது. விளைவாகத் திமிறலும் மீறலுமே இயல்பானவையாகப் பீறிட்டுக் கிளம்புகின்றன. இவற்றைச் சட்டமும் சமூக விதிகளும் ஒழுங்குபடுத்தப் பரபரக்கின்றன. இம்முயற்சி எவ்வளவு விரைவாக மேற்கொள்ளப்படுகிறதோ, அதைவிடவும் வேகமாகப் பிறழ்ச்சிகள் எனப்படும் இயல்புணர்ச்சிகள் துள்ளுகின்றன. நல்ல பாம்பும் நாக்குப்பூச்சியும் ஒன்றா? நிகுநிகுவென்று நின்றெரியும் சுடரின் உயரமும் பருப்புத் தேங்காய் மாதிரி குள்ள மும் வேறு வேறில்லையா? இப்படிப் பார்ப்பது அழகுணர்ச்சியா, இல்லை இதுவும் பேதவுணர்வு தானா? எப்படியானாலும் 'மேலோட்டமான சபலமில்லை, இது ஆழமான பந்தம்' என்ற உணர்வின் சுதந்திரக் குரலுக்கு, மானுட அகராதியின் வரம்புகளுக்குட்பட்டே தீர்வு

தேட வேண்டியிருக்கிறது. தரித்திரத்தைக் கட்டிக்கொண்டு அழுகிறவர்கள் ஏன் ஓடிப்போவதில்லை? வறுமையும் துயரமும் எல்லாம் முயக்கில் கரைந்துவிடுமா? அப்படியன்று; போக்கிடமில்லை என்ற யதார்த்தத்தைப் பகலொளியாய்ப் புரிந்துகொண்டவர்கள் அவர்கள். பற்றுவரவுக் கணக்கில்லை; சேர்ந்திருத்தல் என்பதாலேயே நஷ்டமும் லாபமாய்த் தெரிகிறது அவர்களுக்கு.

கருங்கல் உடலும் வெண்ணெய் மனமும் படைத்துப் பிறனில் விழையும் பாவப்பட்ட ஜீவன்களைத் திரும்பத் திரும்பத் தி.ஜா.விடம் எதிர்ப்படுகிறோம். செல்லப்பா-மங்களம்; சிவசாமி-பட்டு; பட்டு-செல்லப்பா என்ற மூன்று இணைகளிலுமே நிறையுமுண்டு குறையுமுண்டு. குறையேயில்லாத முழுநிறைவையே தி.ஜா. யாசிக்கிறார். மனமும் உணர்வும் உடலும் உயிரும் ஒப்பும் ஆதித் திளைப்பையே தேடுகிறார். அப்படியொன்று இங்குச் சாத்தியமா என்ற அலைச்சலே அவரைத் துரத்துகிறது. அவர் பயந்து ஓடுவதில்லை; சூழலை அசைபோட்டபடியே உறுதியாக ஒவ்வோர் அடியாக முன்னகர்கிறார். பிடிபடாததன் பின்னால் திரிந்து களைத்துக் கனல் அவிந்துபோகும் எலும்புக்கூடாய் அவர் மக்குவதில்லை. ஆழ வேரோடிய அசல் தேக்காய்ப் பூரித்துப் பச்சைவெளியில் படர்கிறார். மனைவியுடனான உடல் இச்சையிலும் மரியாதையைப் பேணும் ஆண்கள் இங்கு உண்டா? தனக்குச் சரியென்று பட்டதைச் செய்கிற துணிச்சலும் உறுதியும் கூடிய பெண்கள் இருக்கிறார்களா? ஆணும் பெண்ணும் இயந்திரங்களாய்ச் சுருங்கும் உயிர்ப்பின்மையைக் கிண்டிக் கிளறிச் சொற்தெறிப்புகளினூடே அவர்களைப் புத்தம்புதிதாய்த் தி.ஜா. விரியச்செய்கிறார். ஆனால் இவ்விரிவு, அவர்களை மேலும் நெகிழ்த்துவதற்குப் பதிலாகச் சமூகச் சுவரில் மோதவைத்துக் குற்றப்படுத்துகிறது.

செல்லப்பாவும் பட்டுவுமா தவறிழைத்தவர்கள்? தன்னை நமஸ்கரிக்கும் மங்களத்தின் முதுகில் 'சொடேர்

சொடேர்' என்று அம்பாகடாட்சம் போடும் அடி, அவளுக்கு மட்டும்தானா? அனைத்து மானுடர்மீதும் கருணையற்று விழுந்த அன்பின் வறட்சிதானே அது. முடிவில் சபலமும் பந்தமும் ஒன்றே என்ற தத்துவநிலைக்குத் தி.ஜா. நகர்ந்து விடுகிறார். சபலமும் பந்தமும் வெற்றுச்சொற்களா? சுயத்தின் நியாயப்படுத்தல்களா? தன்னையே முழுதும் படையலிடுவதற்குச் சூன்யமா பதில்? இறை வகுத்துவிட்ட இயற்கையின் போக்கில் மனிதர்கள் குறுக்கிடுகிறார்கள். மகான்களை இழுத்துச் சீடர்கள் கீழே இறக்குகிறார்கள். இஷ்டம் இஷ்டமில்லை என்று சொல்வதற்குச் சாமான்யனுக்கு ஏது அதிகாரம்? 'இருக்கும்வரை டிக்ஷனரியை மனிதன் விடமுடியாது' என்ற குரல், முடிந்த முடிவான மெய்ம்மையாக அன்று, நடப்பின் குரூரத்தைச் சகித்துக் கொள்ளும் வேறுவழியற்ற ஆற்றாமையாகத் தி.ஜா.வால் முன்வைக்கப்படுகிறது. 'மனித சம்மதம்' இல்லாதபோது 'தெய்வ சம்மதம்' இருந்தென்ன பயன் எனக் கேட்கிறார். முட்டாள்தனமான கேள்வியா இது?

அண்ணா நகர், சென்னை **கல்யாணராமன்**
10.10.2017

அடி

நடுமுற்றத்தில் சாய்வு நாற்காலியில் உட்கார்ந்திருந்தார் செல்லப்பா. முற்றம் மிக மிக விசாலம். மேலே முற்றப் பரப்பு முழுவதும் அடைத்துக் கம்பி போட்டிருந்தது. முரட்டுக் கம்பிகள். எவனும் ஓட்டுக்கூரை வழியாக இறங்கிவிட முடியாது. இந்தக் கம்பிகூட லேசில் கிடைத்துவிடவில்லை. கறுப்பு மார்க்கெட்டில் வாங்கவேண்டியிருந்தது. சர்க்கார் அதிகாரிக் கெல்லாம் கறுப்பு மார்க்கெட் பயப்பட்டு விடாது. அதுவும் எங்கேயோ வடக்கே கண்காணாத ஊரில் உத்தியோகம். ஓட்டை சைக்கிளில் ஊர் ஊராகச் சுற்றுகிற ரெவின்யூ இன்ஸ்பெக்டருக்கு நூறுவேலி, ஐம்பது வேலி எல்லாம் சலாம் போடும். 'லொட லொட' ஜீப்பில் தாசில்தார் ஊர்க் கோடியில் வரும்போதே திண்ணையைவிட்டு எழுந்து, மேல் வேட்டியை இடுப்பில் கட்டாத குறையாக இருநூறு வேலிகள் காத்து நிற்கும். காபி உபசாரம் பண்ணும். "அப்படி லேசிலெ போக விட்டுடுவேன்னு நெனச்சேளா?" என்று, ரவா சொஜ்ஜியோ, உப்புமாவோ, வாழைக்காய் பஜ்ஜியோடு – இப்படி ஏதாவது

திடீர் டிபன் தயார் பண்ணச் சொல்ல உள்ளே ஓடும். போன வாரம், ப்ளாக் டெவலப்மெண்ட் ஆபீஸராம் – காலம் மாறியிருக்கிறது. புதிய புதிய உத்யோகங்கள். புதிய புதிய பெயர்கள் – அவனும் ஸப்கலெக்டரும் ரெவின்யூ இன்ஸ்பெக்டரும் வந்திருப்பதாக பட்டாமணியம் ஆள் அனுப்பினார். செல்லப்பா போகும்போது பட்டாமணியம் உரத்த குரலில் பேசிக்கொண்டிருந்தார். யாரோ வயிற்றில் அடித்துவிட்டாற்போல் குரலில் ஆற்றாமை. கண்ணில் நீர் துளிக்காத குறை. கண்டத்தில் தழதழப்பு. செல்லப்பாவுக்கு விவரம் புரிய சிறிது நேரம் ஆயிற்று. அதிகாரிகள் திண்ணையில் உட்கார்ந்து அவர் கத்துவதைக் கேட்டு ஒருவருக்கொருவர் பார்த்துக்கொண்டிருந்தார்கள். வாசல் பந்தலில் பக்கத்து, எதிர்வீட்டுக்காரர்கள் நாலைந்து பேர் நின்று பலியாட்டுப் பார்வை பார்த்துக்கொண்டிருந்தார்கள்.

செல்லப்பாவைப் பார்த்ததும் பட்டாமணியத்தின் குரல் இன்னும் உயர்ந்தது. வாலைக் குழைய வைக்கிற அதிகாரிகளைப் பார்த்து இப்படிச் சத்தம் போடுவதென்றால் ஏதோ அடிமடியில் கைபோடுகிற சேதியாக இருக்க வேண்டும்.

“உக்காருங்கோ, செல்லப்பா. இது என்ன ராஜாங்கம் பாருங்கோ. ஊர் முழுக்க நாற்பது வேலிக்கும் உரம் விட்டாச்சு. கடன் ஒடன்லாம் வாங்கி பாஸ்பேட்டு ஸல்பேட்டுன்னு வாங்கி செமத்தி ஒரு வாரம் ஆகல்லெ. இப்ப என்னமோ ஹெலிகாப்டர் வரப் போறதாம். அது தரை மட்டத்திலெ ஆகாசத்திலெ பறந்துண்டே ரசாயன உரத்தை ஒரு இஞ்ச்சு விடாம தூவப் போறதாம். அதுக்குப் பணம் கட்டணுமாம். ஏக்கருக்கு எட்டு ரூபாயாம். ஊர் மொத்தம் 250 ஏக்கர். என்ன ஆச்சு? ரண்டாயிர ரூபா அப்படியே கட்டணுமாம். இதை ஒரு மாசத்துக்கு முன்னாடியே, ஒரு மாசம் வாண்டாய்யா – ரண்டு வாரத்துக்கு முன்னாடியாவது சொல்லியிருக்கலாமோல்லியோ? அவனவன் ஏதாவது வழிபண்ணியிருப்பான். இப்ப எல்லாம் முடிஞ்சப்ரம் திடீர்னு ஆகாசத்திலேர்ந்து உரம்,

கொண்டா ரண்டாயிரம்னா யாரு எங்க போவான் பணத்துக்கு? 'ரண்டாம் தடவை போடலாம் பரவா யில்லெ, ஒண்ணுக்கு நாலா வெளஞ்சு கொட்டும், போடுங்கோ'ன்னு சப்புகொட்றா மூணுபேரும் வந்து. மூணு அதிகாரி போறாதுன்னு கட்சிச் செயலாளர் வேற வந்திருக்கார். இவர்தான். ரண்டாம் தடவை இந்த உரம் போட்டா என்ன ஆகும்? ஒண்ணுக்கு நாலா தழைதான் கிளம்பும். சார், இவர் செல்லப்பா. அதோ கோடி வீடு. மிலிடரியிலே டைரக்டர். ஜம்முகிட்ட இருக்கார். இவர் குணநாதன், ஐ.ஏ.எஸ். ஸ்ப்கலெக்டர். இவர் சிவதம்பி, ப்ளாக் டெவலப்மெண்ட் ஆபீசர். இவர் கணேசன், ரெவின்யூ இன்ஸ்பெக்டர். இவர் முழுமதி – கட்சிச் செயலாளர்" என்று கோபத்தோடு கோபமாக அறிமுகப்படுத்தினார் பட்டாமணியம். செல்லப்பா இங்கிலீஷில் பேசினார் – நியாயங்களை எடுத்து. அவர் பேசிக்கொண்டிருக்கும் போதே ஆகாய விமானம் போல சத்தம் கேட்டது. பந்தலில் நின்றவர்கள் வெளியே நகர்ந்து ஆகாயத்தை நாலுபக்கமும் பார்த்தார்கள். சத்தம் நெருங்கி வந்தது. திண்ணை முனை யில் உட்கார்ந்திருந்த செல்லப்பாவும் எட்டிப் பார்த்தார். தெருக்கோடியின் குறுக்கே தரைமட்டத்தில் ராட்சச தட்டான் பூச்சி போல ஒன்று பறந்து கடந்தது. ஒரு நிமிஷத்திற்கெல்லாம் சத்தம் அடங்கிற்று. வாசலில் நின்ற கூட்டம் "கீளக்குட்டைக் கரையிலெ இறங்கிட்டாப்பல இருக்கு" என்று கத்திக்கொண்டே ஓடிற்று. செல்லப்பா இங்கிலீஷில் அரைமணி பேசினார். அதிகாரிகள் 'வழவழ' என்று ஏதோ சொல்லிக்கொண்டிருந்தார்கள் – கத்தாழைச் சாற்றில் கையைப் பிசைவது போல. கடைசியில் கட்சிச் செயலாளர் "இதப் பாருங்க, ஒண்ணும் தழைச்சுப் போகாது. கண்டுமுதல் வீச்சாயிருக்கும்னு ஆராய்ச்சி பண்றவங்க சொன்னதைக் கேட்டுத்தான் இத்தினி நேரமா மல்லுக்கு நிக்கிறோம். இத்தினி சொன்னப்பறமும் உங்களுக்கு இஷ்டமில்லேன்னா, அடுத்தாப்பல ஏதாவது வளர்ச்சித் திட்டம், மான்யம், வட்டியில்லாத கடன்னு திட்டம் வந்திச்சின்னா, நாங்க உங்க் ஊரை சிபார்சு பண்ணத்

தயங்குவோம். முற்போக்குக்கு இந்த ஊர்க்காராங்க ஒத்து வரமாட்டாங்கன்னு அரசாங்கத்துக்கு நாங்க சொல்லும் படியா ஆயிடும்" என்று ஒரு பாறாங்கல்லைத் தூக்கிப் போட்டார். செல்லப்பாவின் இங்கிலீஷ் சோம்பி அயர்ந்தது.

"அடுத்தாப்பல பக்கத்து ஊர்லெ, நூத்தறுபது வேலிக்கும் பத்து நா முன்னாலெ போட்டோம். அவங்களும் இப்படித்தான் முன்னாலெ மயங்கினாங்க. அப்பறம் விளக்கிச் சொன்னப்பறம் சரின்னாங்க. செய்துகிட்டாங்க" என்று முடுக்கினார் கட்சிச் செயலாளர்.

"ஏன் சார் தாழங்குடிக்காரங்களும் நாங்களும் சமமா? அந்த ஊர்லெ பதினஞ்சு பெரிய புள்ளி. ஒத்தொத்தருக்கும் நாப்பது வேலி அம்பது வேலின்னு அண்டை ஊர் அசலூர்ன்னு வளைச்சுப் போட்டுக்கிட்டிருக்கிறவங்க. பரம்பரையா வட்டிக்குவிட்டு சொத்து சேத்த பாப்பாரச் செட்டியாருங்க. இந்த ஊர்லெ இருக்கிற பன்னண்டு வீட்டுப் பார்ப்பானும் அந்த ஊர்ப் பெரிய மனுஷங்களுக்குக் கார்யஸ்தன், சமையக்காரன், புரோகிதம்னு வயித்தைக் கழுவறவங்க. நல்ல பாம்பும் நாக்குப் பூச்சியும் ஒண்ணுங்கறாப்லன்னா இருக்கு நீங்க பேசறது" என்று பட்டாமணியம் கோபச் சிரிப்புச் சிரித்தார்.

"அப்படிச் சொல்லாதீங்க. நீங்க இல்லியா இப்ப, ஐயா இல்லியா இப்ப, மிலிடரியிலெ டைரக்டருங்கன்னா நாலுலக்கத்திலெ சம்பாரிப்பாங்களே மாசா மாசம்."

"ரண்டு பேர் இப்படியிருந்தா ஆயிடுத்தா?"

வாய்வலிதான் மிச்சம். கட்சிச் செயலாளர் போட்ட பாறாங்கல் ஊரார் மனசிலெல்லாம் விழுந்து பள்ளம் பண்ணிற்று. கடைசியில் அந்தப் பெரிய தட்டான் பூச்சி ஊர் வயல் மேலெல்லாம் பறந்து உரம் தூவிவிட்டுப் போயிற்று.

செல்லப்பாவின் இங்கிலீஷோ, பதவியோ, அந்தஸ்தோ பலிக்கவில்லை. அவர் அதிகாரம் ஜம்முவோடு சரி.

வீடுகட்டுவதற்கு சிமிண்டு, இரும்பு எல்லாம் பாதிக்கு மேல் கறுப்பு மார்க்கெட்டில்தான் வாங்கும்படி ஆயிற்று.

செல்லப்பா இதையெல்லாம் அசைபோட்டார். சுகமான அசைதான். எப்படியோ வீட்டுவேலையெல்லாம் பூர்த்தியாகி விட்டது. இப்போது நிம்மதி. நல்ல காற்று. தெற்குக் காற்று வீசுகிறது. முற்றத்துக் கம்பிக்கு மேல் அந்தக் காற்று அனைத்தையும் அப்படியே விழுங்கி விடுகிறாற்போல — கோடைப்பந்தல் வாய்பிளந்தாற் போலப் போட்டிருந்தது.

முற்றத்தின் ஓரமாக அவர் தாயார், தூணுக்கு முட்டுக்கொடுப்பது போல் தாவாரத்தில் உட்கார்ந்து மடியில் பலகையைச் சாய்த்து உளுந்து ஆட்டிக்கொண் டிருந்தாள். கிழவிக்கு அறுபது அறுபத்தைந்து வயதிருக்கும். வெள்ளைப் புடவை. முண்டனம் செய்த தலைமீது முட்டாக்கு. கண்ணில் சதை வளர்ந்து அறுவை சிகிச்சை ஆனபிறகு வந்த மூக்குக் கண்ணாடி. அவள் அவரைப் பார்க்கும்போதெல்லாம் ஒரே சந்ததியான அவரைப் பார்த்துப் பருகவே டாக்டர் சிகிச்சை செய்தாற்போல கண்ணிரண்டும் மூன்றுமடங்கு பெரிதாகத் தெரிந்தது — கண்ணாடிக்குப் பின்னால்.

செல்லப்பா தாயாரைப் பார்த்துக்கொண்டிருந்தார். இப்படி நிம்மதியாக அவள் ஒருநாள் உட்கார்ந்ததுண்டா? செக்கு மாடாக உழைத்த உடம்பு அது. உழைப்பதற்காகவே பிறந்தாற்போன்ற உடம்பு. ஆனால் உழைத்து உழைத்து உரமேறியிருந்தது. இப்போதும் கண்ணில் சதை வளர்ந்து கண்ணாடி மாட்டியிருக்கிறது. ஒன்றுதான் வயதானதற்கு சாட்சி. மற்றபடி நெற்றாக இருந்த அந்த உடம்பை அயர்வோ நோவோ சீந்துவதாகக் காணோம். அவரும் காலையி லிருந்து பார்த்துக்கொண்டிருக்கிறார். விடியற்காலையில் அவர் மனைவியும் குழந்தைகளும் மாயவரத்திற்குப் போனார்கள் — ஜவுளி, மளிகைகளுக்காக வாசலில் வண்டியில் அவர்களை ஏற்றிவிட்டுத் திரும்பிவந்த கிழவி

இதுவரை உட்காரவில்லை. பிள்ளைக்குக் காலை ஆகாரம் செய்து கொடுத்து – மாயவரம் சென்றவர்களுக்காக ஒரு பலகாரக்கடை காலை மூன்று மணிக்குத் தொடங்கி விட்டது – பிள்ளைக்குச் சூடாகவேண்டும் என்று பிறகு ஒரு கடை – பிறகு வயலுக்குப் போய் ஒரு நடை பார்த்து விட்டு, குளத்திற்குப்போய் முழுகிவிட்டு சமையலைத் தொடங்கி, சாப்பாடு போட்டு, தானும் சாப்பிட்டு, பிறகு நாளைப் பலகாரத்திற்காக கல்லுரலை ஆட்டி, குத்தகைக்காரன் வீட்டுக்குப் போய், வராது போன வருஷப் பங்குக்காக ஒரு பாட்டம் சத்தம் போட்டுவிட்டு, பிற்பகலில் வந்த கொத்துமேஸ்திரியோடு பேரம் பண்ணிப் பணத்தைக் கொடுத்து – இத்தனைக்கும் பிறகு உளுந்து உருட்ட உட்கார்ந்திருக்கிறாள். 'அப்பாடா' என்று அவள் பெருமூச்சுவிட்ட குரல் கேட்கவில்லை.

அவளுடைய திருப்திக்காகத்தான் இந்த வீட்டைக் கட்டினார் செல்லப்பா. கட்டவில்லை; கட்ட உதவினார். அதாவது மாதா மாதம் நூறு, ஆயிரம் என்று அனுப்பிக் கொண்டிருந்தார். ஐந்து வருஷமாக இந்த வீட்டைக் கட்டிக்கொண்டிருக்கிறாள் கிழவி. கல்லு கல்லாகத் தட்டிப் பார்த்து செங்கல் வாங்கி, கூடத்திற்குக் கடப்பைக்கல் போட்டு, மற்ற இடங்களுக்கெல்லாம் சிவப்பு சிமெண்டு போட்டு, மாயவரத்துக்குப் போய் அசல் தேக்காக வாங்கி, தூணும் மோசனமும் உத்தரமும் வளைகளும் எழுப்பி, தூண்களுக்கும் ஜன்னல்களுக்கும் வர்ணம் அடித்து இத்தனையும் – அவள் ஒன்றிக் கட்டையாக நின்று மேஸ்திரியையும் ஆட்களையும் வேலைவாங்கிச் செய்தது. செல்லப்பா பணம்தான் அனுப்பிக்கொண்டிருந்தார். கிழவி ஓயாமல் எழுதிக்கொண்டிருந்தாள். அவளுக்கு எழுதப் படிக்கத் தெரியாது. எதிர் வீட்டுப் பெண்ணைக் கூட்டி வந்து வாரா வாரம் ஒரு கடிதம் எழுதிப் போட்டுவிடுவாள். "நீ எப்போது சாவகாசமாக லீவு எடுத்துக்கொண்டு வரப்போகிறாய்? சேர்ந்தாற்போல நாலுமாச லீவு கிடைக்காத ஒரு உத்தியோகமா? வீட்டு

தி. ஜானகிராமன்

வேலை முக்கால் வாசி முடிந்துவிட்டது. சுவர்களுக்கும் தளவரிசைக்கும் சிமெண்டுபோட்டு வெள்ளையடித்தால் எல்லாம் ஆனாற்போல்தான். நீ ஒரு மூன்று மாசமாவது லீவு எடுத்துக்கொண்டு வரவேணும். மங்களத்தையும் குழந்தைகளையும் அழைத்துக்கொண்டு வரவேணும். நீலாவுக்கு இந்த வருஷம் கலியாணம் பண்ணிவிட வேண்டும். திரண்ட பெண்ணை எத்தனைநாள் வீட்டில் வைத்துக்கொண்டிருப்பாய்? நீலாவுக்கு எப்ப கலியாணம், எப்ப கலியாணம் பண்ணப் போறேள் என்று எல்லோரும் கேட்க ஆரம்பிச்சுவிட்டார்கள். இந்தக் கடிதம் கண்டவுடன் லீவுக்கு ஏற்பாடு செய்துகொண்டு உடனே புறப்பட்டு வரவும். வீடு அமைச்சலாக இருப்பதாகத் தாழங்குடி பெரிய பண்ணை சின்னப்பண்ணை எல்லோரும் வந்து பார்த்துச் சொல்லிவிட்டுப் போனார்கள். ஊர் எல்லாம் பார்க்கிறது. உடமைக்காரன் நீ எப்ப பார்க்கப் போகிறாய்? அப்படி என்ன உத்தியோகம் குடிமுழுகிப்போகிறதாம்?...” இப்படி வாரா வாரம் ஒரே விஷயம் பல கோணங்களில் எழுதப்பட்டு வந்தவண்ணம் இருக்கும்.

இரண்டு வருடங்களுக்கு முன்னால் அவர் மட்டும் ஒரு பத்துநாள் லீவில் வந்து வீட்டைப் பார்த்துவிட்டுப் போனார். அவருக்கு அப்போது மனங்கொள்ளாத வியப்பு. வீட்டுக்கு எதிரே பூவரசந்தோப்பில் பள்ளம் பண்ணி இரண்டு மலையாளிகள் மரம் அறுத்துக் கொண்டிருந்தார்கள். வாசல் குறட்டில் தச்சுவேலை, கூடத்தில் கொத்துவேலை, முற்றத்தில் சிமெண்டும் மணலும் கலந்து சிற்றாள் பெண்கள் சுமை தூக்கித் தூக்கி நடந்துகொண்டிருந்தார்கள். அந்தப் பன்னிரண்டு ஆட்களையும் ஒன்றிக் கட்டையாக, முட்டாக்கும் வெள்ளைப்புடைவையுமாக நின்று மேற்பார்வை பார்த்துக்கொண்டிருந்தாள் தாயார்க்காரி. ஒரு கண் சதை வளர்ந்து மறைக்கத் தொடங்கின சமயம் அப்போது. ஒற்றைக்கண்ணை வைத்துக்கொண்டே அவள் செய்த கார்வாரைப் பார்த்து அவருக்கு மலைப்பு. குற்ற உணர்வு

வேறு. ஒன்றும் சொல்ல, மெல்ல முடியவில்லை. இங்கு வந்தால் குழந்தைகள் படிப்புப் போய்விடும். நானும் இருக்கிறேன் என்று பத்துநாள் கூடமாட நின்றுவிட்டு, பட்டாமணியத்திடம் தாயாரைக் கவனித்துக்கொள்ளச் சொல்லிவிட்டுத் திரும்பிப் போவதைத் தவிர அவரால் ஒன்றும் சொல்ல முடியவில்லை.

இப்போது கிழவியைப் பார்க்கப் பார்க்க அவருக்கு நெகிழ்ந்து வந்தது.

அங்குமிங்குமாக நினைவு ஓடிற்று. மாயவரத்தில் பட்டமங்கலத் தெருவில் பெரிய வீடு. மொந்தனூர் அய்யர் அந்த வீட்டை வாங்கி பிள்ளைகளைப் படிக்கவைத்துக் கொண்டிருந்தார். கிராமத்திலிருந்து அரிசியும் விறகும் வாழைத்தாரும் காய்கறிகளும் வந்த மணியம், அந்தக் காலம். முப்பத்தைந்து வருடம் இருக்கும். அய்யரின் பிள்ளைகளோடு செல்லப்பாவும் ‘பெட்ரோமாக்ஸ்’ வெளிச்சத்தில் படிப்பான். ஐயர் வீட்டில் ‘பெட்ரோமாக்ஸ்’ எரியும். பிள்ளைகளுக்குப் படிக்க நல்ல வெளிச்சம் வேண்டும் என்று அவர் ஒரு கைதூக்கு பெட்ரோமாக்ஸையே வாங்கிப் போட்டிருந்தார். சமையல் அறையில் செல்லப்பாவின் தாயார் சமைத்துக்கொண்டிருப்பாள். சமையல் செய்கிற அம்மாளின் பிள்ளையாக லட்சணமாக செல்லப்பா அடக்க ஒடுக்கமாய்ப் படிப்பான். வயது பத்து. இடையில் ஒரு மூன்றுமுழத் துண்டு. வெறும் மார்பு. அதிலும் நெற்றியிலும் விபூதி. மொந்தனூர் அய்யர் முற்றத்தில் சாய்வுபிரம்பு நாற்காலியின் மீது படுத்து சட்டத்தை நீட்டி அதில் காலை வைத்துக்கொண்டிருப்பார். எட்டு மணிக்குச் சாப்பாடு, அம்மா பரிமாறுவாள். ஒரு கறி, ஒரு கூட்டு, பூப் பூவாக மலர்ந்த கருவடாம். எல்லாம் அம்மா செய்ததுதான். கறிநறுக்குவது முதல், தண்ணீர் நிரப்புவது முதல், கருவடாம் பிழிந்து உலர்த்தி அதை எண்ணெயில் பொரிப்பதுவரை – எல்லாம் அம்மாதான். அய்யரின் மனைவி அந்தப் பெரிய கூடத்தில் ஊஞ்சலில் உட்கார்ந்தோ,

ஒருக்களித்துப் படுத்தவாறோ, அடிக்கடி வெற்றிலை போட்டு நாக்கு சிவந்திருக்கிறதா என்று நாக்கை நீட்டி, நீட்டிக் கண்ணால் பார்த்துக்கொண்டிருப்பாள். கண்கள் இரண்டும் அப்போது ஒற்றைக் கண்ணாக மாறியிருக்கும். அந்த அம்மாள் நல்ல சிவப்பு. இரட்டை நாடி. மடிசார்க் கட்டு. பட்டுப்புடவை. ஊஞ்சலில் காலைத் தொங்கப் போட்டு மந்தமாக ஆடும்போது இரண்டு ஆடுதசைகளும் மஞ்சள் வெள்ளையாக 'வழவழ'வென்று பளபளக்கும். உள்ளங்கால் தரையைத் தேய்க்கும். அந்தப் பளபள காலையும் கையையும் பார்த்துவிட்டு வெட்கத்தாலும் மிரட்சியாலும் பார்க்காததுபோல் திரும்பிக்கொள்வான் செல்லப்பா. எப்படி இத்தனை வெள்ளையாக இவர்கள் பிறக்கிறார்கள் என்று அவனுக்குச் சந்தேகம். ஊட்டமா? வேலை செய்யாத ஓய்வா? சரித்திரப் புத்தகத்தில் ஆரியர்கள் சிவப்பாக, வாட்டசாட்டமாக மூக்கும் முழியுமாக இருப்பார்கள் என்றும் திராவிடர்கள் கறுப்பாக சுமாராக இருப்பார்கள் என்றும் எழுதியிருக்கிறது. இந்த மொந்தனூர் அய்யர், அவர் சம்சாரம், பிள்ளைகள் எல்லாம் இந்த திராவிட தேசத்தில்தானே பிறந்திருக்கிறார்கள்? எப்படி இந்தச் சிவப்பு வந்தது, எப்படி இந்த மூக்கும் முழியும் வந்தது என்று கேட்டுக்கொள்வான். அவன் அம்மா – உள்ளே சமையல் பண்ணுகிற அவன் அம்மா – கிட்டத்தட்ட கறுப்பு என்று சொல்கிற பழுப்பு நிறம். புத்தகத்துக்கு அட்டை போடுகிற கடுதாசு நிறம். அவனும் அப்படித்தான்.

"உன்னைத்தானே, காதிலே விழலியா?" என்று குரல் கேட்டது.

"என்ன, என்ன?" செல்லப்பா விழித்துக்கொண்டாற் போல் கேட்டார்.

உளுந்து உருட்டுகிற தாயாரின் இரு கண்களும் சோழி போல் பெருத்து அவரைப் பார்த்தன.

"என்ன யோசனை? வண்டி அனுப்ப வாண்டாமோ குத்தாலத்துக்கு? ஆறுமணி பஸ்ஸுக்கு வந்தாள்னா வண்டி

தயாராயிருக்க வாண்டாமோ? அவா எத்தனை நாழி காத்துண்டிருப்பா?"

"மணி நாலுதானே ஆறது! சரி, எதுக்கும் முன்னாடி அனுப்பறது நல்லதுதான்" என்று எழுந்து கொல்லைப் பக்கம் போய் ஆளிடம் செய்தியைச் சொல்லப் போனார் செல்லப்பா. கொல்லைக்கட்டில் அவர் வருவதைப் பார்த்ததும் கொட்டிலில் இருந்த வண்டி மாடு இரண்டும் அவரை நிமிர்ந்து பார்த்து என்ன வேணும் என்கிறாற் போல மூச்சு விட்டன. பசுவையும் எருமையையும் காணவில்லை. மேய்ச்சலுக்குப் போயிருந்தன. ஆளிடம் சொல்லிவிட்டுத் திரும்பி வரும்போது செல்லப்பா மாட்டு ஜோடியையும் கிணற்றங்கரையையும் சற்று நின்று பார்த்தார். கிணற்றங்கரைக் கட்டில் ஒரு பெரிய திண்ணை. அதற்குக் கீழ் ஒரு அகல மேடை. அதற்குப் பிறகு பெரிய திறப்பு. அதற்கப்பால் மாட்டுக் கொட்டில். திறப்பில் ஒரு பக்கம் பெரிய கிணறு. அதற்கு இடுப்பு உயரத்திற்குச் சுவர். இரும்பு சகடை. அதற்கு மோட்டார் டயர் கயிறு. கிணற்றுக்குப் பக்கத்தில் முல்லைக் கொடி, மல்லிகைச் செடிகள். ஒவ்வொன்றும் அம்மா பார்த்து எழுப்பினது. சின்ன அளவு இல்லை. பெரிய மனதுபோல் அத்தனை நீளம். அகலம். உயரம்!

அம்மாவுக்கு எப்படி இந்தப் பெருவாழ்வு ஆசை வந்தது? தாழங்குடி சின்னப் பண்ணை வீட்டை மாதிரியாகக் கொண்டு கட்டினாற்போல் இருக்கிறது. சமையற்காரியாக அவள் மொந்தனூர் அய்யர் வீட்டு அடுக்களையிலும், இடை கழியின் அரைத் திண்ணையிலும், தாவார ஓரத்திலும் ஒரு பழம்பாயில் பனந்தலையணையில் துணியைச் சுற்றிப் படுத்திருப்பாள். அய்யர் பிள்ளைகள் பட்டுப்பாயிலோ, அந்தந்த அளவு மெத்தையிலோ தூங்கும். செல்லப்பாவுக்கு ஒரு முரட்டுச் சீர்காழிப் பாய்.

மாயவரத்தில் ஐப்பசி மாதம் வந்துவிட்டால் மொந்தனூர் அய்யர் வீட்டில் சத்திரத்து அமளி.

தி. ஜானகிராமன்

துலாஸ்நானத்துக்காகப் பக்கத்து ஊர்களிலிருந்தும் தூரத்து ஊர்களிலிருந்தும் வந்து மாசம் முழுதுமோ, ஒரு வாரம் இரண்டு வாரம் என்றோ டிகானாப் போடுகிற பணக்கார – நடுத்தர குடும்ப விதவைகள் – சுமங்கலிகளின் கூட்டம். கடைமுழுக்கன்று வீடு கொள்ளாத கூட்டம். அத்தனை பேருக்கும் காலையில் உப்புமா, பகல் சமையல், ராத்திரி பலகாரம் – எல்லாம் அம்மா உடம்பைப் புரட்டி எடுக்கும். பம்பரமாகச் சுற்றுவாள். ஒரு பணக்கார நார்ப்பட்டு விதவை 'தையும்மா, சுவாமி தேர்த்தம் கொடுக்கப் போறேர் லாக்கடத்துலெ. பாத்துட்டு ஒரு முழுக்குப் போட்டு ஓடி வந்துடப்போறேன். கொஞ்சம் பயத்தங்கஞ்சி அந்த சின்ன உருளியிலே பண்ணி வச்சிடணும். ஏன்னா நான் சாப்பிட்டுட்டு உடனே ரயிலுக்குப் போகணும்' என்று அதிகாரம் பண்ணிவிட்டு ஓடும். தையும்மா என்கிற செல்லப்பாவின் அம்மா சமையலோடு சமையலாகப் பயத்தம் பருப்பைப் புடைக்கத் தொடங்குவாள்.

உள்ளே வந்ததும் "சொல்லிப்ட்டியா வண்டிக்கு?" என்று கேட்டாள் தையும்மாள்.

"சொல்லிட்டேம்மா... கிளம்பிண்டிருக்கான்."

"கிளம்பட்டும், போறது வெளிச்சத்தோட போய் காத்துண்டிருக்கட்டும். நீ இன்னும் கொஞ்சம் காப்பி சாப்பிடறியோ?"

"சாப்பிடறேன்... நீ அடுப்பு மூட்டணுமே!...

"ப்ளாஸ்க்கிலே வச்சிருக்கேண்டா, வா" என்று உளுந்துப் பலகையை நகர்த்திவிட்டுத் தையும்மாள் எழுந்து உள்ளே போனாள். செல்லப்பா கூடத்து ஊஞ்சலில் உட்கார்ந்துகொண்டார். ஊஞ்சலை ஒட்டிய சுவரில் நாலைந்து புகைப்படங்கள். ஒன்றில் அவர் அம்மா மட்டும். இன்னொன்றில் அவர், அவர் மனைவி, அவருடைய மூன்று குழந்தைகள். இன்னொன்று அவருடைய கலியாண போட்டோ. அவர் மனைவி மங்களம்...

அடுக்களையைப் பார்த்து அவருக்கு லேசாகச் சிரிப்பு வந்தது. "அம்மா, உனக்கு மொந்தனூர் அய்யர் வீடு மாதிரி தாழங்குடி பெரியப் பண்ணை, சின்னப் பண்ணை வீடு மாதிரி வால் வீச்சா வீடு கட்டணும்னு தோணித்து, அந்த மாதிரி வீட்டிலெ என்னை வச்சுப் பார்க்கணும்னு தோணித்தே. ஏன் அதுக்குத் தகுந்தாப் போல – இல்லாட்டா என் உசரத்துக்கும் உடம்புக்கும் ஒத்தாப்பல ஒரு பொண்ணைப் பார்க்கணும்னு தோணலெ? பருப்புத் தேங்கா மாதிரி குள்ளமா, குடுக்கையா ஒண்ணைப் பண்ணி வச்சிருக்கியே" என்று அடுக்களையை நோக்கிக் குரல் கொடுக்க வேண்டும் போலிருந்தது. போட்டோவைப் பார்த்தார். போட்டோவில் மங்களத்தம்மாள் பளிச்சென்றுதான் தெரிகிறாள். நேரில்? அவர் மார்பளவுக்கு உயரம். இரட்டை நாடியாக இல்லா விட்டாலும் குள்ளத்தினால் இரட்டைநாடி போன்ற ஒரு தோற்றம். சற்றுத் தடித்த தோல். கலியாணத்தில் முதல் தடவை கைபிடிக்கும்போதே தெரிந்தது. பன்னிரண்டு பதின்மூன்று வயதுப் பெண்ணின் மெல்லிய, இழுத்துக் கட்டின வழவழத் தோலாக இல்லை. சிறிது கட்டைத் தோல். டிஷ்யூ காகிதத்தைத் தேய்த்து இழுத்தாற்போல ஒரு லேசுச் சுருக்கமான தோல் பரப்பு. ஆனால் முகத்தில் மட்டும் ஒரு தனி களை. பதின்மூன்று வயது முகம் இருபது வயது முகமாக முதிர்ந்து காணப்பட்டாலும் அதில் ஒரு வசீகரம். அவள் சிரிக்கிறபோது அந்த முகம் அழகாகக்கூட மாறிவிடும்.

செல்லப்பாவின் பெண் ஏழெட்டு வயதில் ஒரு நாள் தன் தாயைப் பார்த்து, "ஏம்மா உன் கைவிரல்லாம் தட்டையா குட்டை குட்டையா, இருக்கு? கால் விரலும் சின்னச் சின்னதா இருக்கு? அப்பா கால் விரல் கைவிரல்லாம் ஏன் நீளமா கூரா இருக்கு? அப்பா நடக்கறபோது கால் நேரா இருக்கு. உனக்கு மாத்திரம் வளஞ்சு இருக்கே, ஏம்மா!" என்று அவள் காலையும் கையையும் பார்த்துக் கேட்டதாம். மங்களத்தம்மாளுக்குப் பொங்கிக்கொண்டு

வந்தது. ஆனந்தம், குறை, ஒரு சின்னக் கோபம் – எது என்று அவளுக்கே தெரியவில்லை. மூன்றிலும் கொஞ்சம் கொஞ்சம் இருந்திருக்கும் "நான் உம்பளாச்சேரி பசுவோட பாலைக் குடிச்சு வளர்ந்தேன்டீம்மா. நீதான் உங்கப்பா மாதிரி இருக்கியே. நீளக் கையும், நீள நீள விரலும், நேர் காலுமா. அப்பறம் என்ன?" என்று பெண்ணுக்குப் பதில் சொன்னாள்.

"ஏம்ப்பா நீ யார் மாதிரி இருக்கே. உங்கப்பா மாதிரிதானே. நீ பாட்டி மாதிரி இல்லியே!" என்று செல்லப்பாவைப் பார்த்துப் பெண் கேட்டது.

'ம்க்கும்' என்பதைத் தவிர செல்லப்பாவுக்கு ஒன்றும் சொல்லத் தோன்றவில்லை. தகப்பனாரின் ஞாபகம் தேசல் மாசலாக இருந்த ஞாபகம்தான் அவருக்கு. அவர் வாட்ட சாட்டம். அரைவேட்டியை மடித்து டப்பாகட்டு கட்டியிருக்கும் – வயல் வரப்பிலும் வாய்க்காலிலும் நடப்பதற்குத் தோதாகவோ என்னவோ, கமுக்கட்டில் கொண்டை மூங்கில்கழி. தலைமயிர் அள்ளி சொருக்கு முடிச்சு. செல்லப்பாவுக்கு வேற ஒன்றும் ஞாபகம் இல்லை. கூடத்தில் உட்கார்ந்து ஓரிரண்டு தடவை சாப்பிட்டதைப் பார்த்த நினைவு. அவர் அம்மாவோடு பேசியதாகவோ தன்னோடு பேசியதாகவோ தன்னைத் தூக்கிக் கீக்கிக் கொஞ்சியதாகவோ – எந்த நினைவும் இல்லை. தன்னைத் தூக்கிக் கொஞ்சுவது போல அவர் ஆசையாக நினைத்ததுண்டு. எதை நினைத்தாலும் அம்மாதான் நிற்கிறாள். அப்பா – இன்னும் மற்றதெல்லாம், ஒட்டுத்திண்ணையில் கிடக்கிற பழஞ்சாக்கு, சுவரில் மாட்டியிருந்த ஒன்றிரண்டு தேய்ந்து போன படங்கள் – இவைகளைப் போல கவனத்துக்குரியதாக, நினைவுக்கு உரியதாகவோ தெரியவில்லை.

அம்மா காபியை எடுத்துக்கொண்டு அடுக்களையிலிருந்து நடந்து வருகிறாள். மாயவரத்துப் பழைய அம்மா முகத்திற்கும் இந்த முகத்திற்கும் வேற்றுமை தெரிகிறது.

அந்த முகத்தில் ஒரு பயம். குனிந்த பார்வை. இந்த முகத்தில் விடுபட்ட நிமிர்வு–நேர்ப் பார்வை. ஆனால் அதில் ஏதும் கர்வமோ பெரிதாகச் சாதித்துவிட்ட சாகசமோ இல்லை. அவருக்கு ஏதோ சொல்லவேண்டும் போலிருந்தது. ஆனால் தாயாரையே முகமன் சொல்வதற்கு ஒரு கூச்சம். "ஒண்டியா இத்தனை பண்ணியிருக்கியே" என்று சொன்னால் "எல்லாம் உனக்காகத்தான்" என்று அவள் சொன்னாலும் சொல்லலாம். அவருக்காகத்தான் அவள் இந்த நிலத்தை வாங்கி, அவரைப்பந்தலா, பெருச்சாளிக்கூடா என்று சொல்ல முடியாமல் அரைச் சுவரும் கால் சுவருமாகத் தொய்ந்துகொண்டிருந்த ஒரு வீட்டை வாங்கி, இப்படி மாயம் செய்திருக்கிறாள்; செல்லப்பாவையும் மொந்தனூர் அய்யரைப்போல், தாழங்குடி பண்ணைகளைப் போல் பார்க்க அவள் வேட்கைப் பட்டிருக்கவேண்டும். சற்று முன்பு முற்றத்தில் சாய்வு நாற்காலியில் உட்கார்ந்திருந்தபோது அவருக்கு மொந்தனூர் அய்யர் உட்கார்ந்திருக்கிற ஞாபகம் வரத்தான் செய்தது. கால்கூட அந்த மாதிரியே "ராயசமாக" ஆடக்கூட ஆடிற்று.

அம்மா காபி கொண்டு வரும்போது கண்ணாடிக்குள் இரு கண்களும் பெருத்து விழிப்பதைப் பார்த்து அவருக்கு மீண்டும் ஒரு குற்ற உணர்வு. கிழவி அவருக்கு இரண்டு தடவை எழுதிப் பார்த்தாள். லீவு கிடைக்கிறபாடில்லை. யாரோ தூரத்து உறவாம். அந்தக் குடும்பத்தின் மருமகளை உதவிக்கு வைத்துக்கொண்டு கிழவி கண் சிகிச்சையை முடித்துக்கொண்டு விட்டாள்.

அவர் காபி சாப்பிடும்போது பச்சாதாபத்தில் ஏதோ சொல்ல வேண்டும் போலிருந்தது. தயங்கித் தயங்கி "ஏம்மா, இப்ப கண் நன்னாத் தெரியறதோ?" என்று கேட்டு வைத்தார்.

"நன்னா பளிச்சுன்னு தெரியறது. அதான் அன்னிக்கே சொன்னேனே. மகாலிங்கம் டாக்டர்னா மகாலிங்க ஸ்வாமி தாண்டா. குருடுக்கெல்லாம் கண் கொடுக்கிற கை அது.

ராசின்னா அப்படியாப்பட்ட ராசி. வார்த்தையிலேதான் எத்தனை குளுமை, எத்தனை கரிசனங்கறே! வயத்தில பொறந்த பிள்ளை மாதிரி, அம்மா அம்மான்னு நாலு வார்த்தைக்கு ஒரு அம்மா. நீங்க பயப்படாதீங்கோம்மா, பயப்படாதீங்கோம்மா, ஒரு கவலையுமில்லேம்மா, ஒரு கவலையுமில்லேம்மான்னு தயார் பண்ணிண்டேயிருந்தார். பல் டாக்டர்கிட்டே போகச் சொன்னாரே முன்னாடி. அங்கதான் கொஞ்சம் சிரமமாயிருந்தது. க்ளீன் பண்றேன் க்ளீன் பண்றேன்னு அவன் ஒவ்வொரு பல்லா பிராண்டி எடுத்துட்டான், நான்தான் சொல்ல வேண்டியிருந்தது– "என் பல்லிலே ஒரு அழுக்கு இருக்காதுங்காணும். இடுக்கில இருக்கிற கறுப்பெல்லாம் அழுக்கில்லே, கறையில்லே. சின்ன வயசிலே தாஷ்ணாப்பொடி போட்டுக் கிட்டிச்ச பல்லு. அது தாஷ்ணாப்பொடிக் கறுப்பு. அதைப்போய்ச் சுரண்டாதியும். உம்ம ஆயுதத்துக் கெல்லாம் அது சொன்னதக் கேக்காது"ன்னு பன்னிப் பன்னிச் சொன்னப்புறம்தான் விட்டான். மகாலிங்கம் டாக்டர் கிட்டவும் சொன்னேன். அவர் விழுந்து விழுந்து சிரிச்சார். அது என்ன தாஷ்ணாப் பொடின்னு கேட்டார். சொன்னேன். 'கொம்பரக்கிலெ தயார் பண்ணி எங்க மாமியார் கையிலெ கொடுத்து தேய்சுக்கச் சொன்னா, அப்புறம் கொப்பளிக்கச் சொன்னா, கொப்பளிச்சேன். மூணுநாளைக்கு வாயெல்லாம் வெந்து போனாப்பல பிடுங்கி எடுத்தது. அப்புறம் வஜ்ரம் மாதிரி ஆயிடுத்து பல்லு'ன்னு சொன்னேன். "எனக்குக்கூட அந்த மாதிரி ஏதாவது பண்ணிண்டா தேவலை போலிருக்கு. எங்காத்து சமையக்காரம்மா முறுக்கு பண்றேன்னு பண்ணிக் கொடுக்கறா. அதைக் கடிக்கவாவது உங்க தாஷ்ணாப் பொடி வைத்யம் பண்ணிக்கணும் போலிருக்கு"ன்னு சிரிச்சார் மகாலிங்கம். டாக்டர்னா அப்படீன்னா இருக்கணும். ஆபரேஷன் பண்றப்பகூட, பேசிண்டே இருந்தார். அஞ்சு நிமிஷம்கூட ஆகல்லெ. கட்டுப்போட்டாச்சு. இதபாருங்கோ இதுதான் பாட்டி கண்ணை மறைச்சுதுன்னு அந்தக் குட்டிக்கிட்டேயும் அவ ஆமடையான் கிட்டயும்

காமிச்சாராம். என் காதிலெ விழுந்தது. பார்க்க முடியல. அதுதான் கட்டுப் போட்டாச்சே. சேப்பா பெரிய துவரம் பருப்பு மாதிரி இருந்ததாம். அதைத்தான் மெதுவா நிமிண்டி எடுத்திருக்கார். இவ்வளவு பெரிசா கண்ணுக்குள்ளே இத்தனை நாளா வளர்ந்துதுன்னு அந்தக் குட்டி மாஞ்சு போயிட்டுது. வெறுமெ சொல்லப்படாது, இந்தக் குட்டி செஞ்சாப்பல யாரு செய்வா? ஒரு வாரம் ஆஸ்பத்திரியிலெ படுத்துண்டிருந்தேனே. ராத்திரி ரெண்டுமணியோ மூணுமணியோ, இப்படிக் கொஞ்சம் 'ம்'னு முனகினால் போறும். இதோ வரேன் அத்தேனு எழுந்துட்டு வந்துடும். பட்டு பட்டுன்னு எப்படித்தான் பேர் வச்சாளோ! மேலே கை பட்டா பட்டு மாதிரிதான் இருக்கும். அவ தலகாணியி லேர்ந்து என்னைத் தூக்கி உட்கார்த்தி வைக்கிறதைப் பார்த்தான்னா தெரியும். துளி அலுங்காம, அதிராம நிமிர்த்திவச்சு, காபி கொடுத்து, வெந்நீர் கொடுத்து ... பாவம் ஒரு வாரம், கண்ணை மூடல்லெ அவ, அவ ஆமடையான் ரண்டுபேரும் – சொல்லப்போனா மங்களம் இருந்தாக்கூட அப்படிச் செஞ்சிருக்க மாட்டா போயேன்" என்று சற்று தயங்கினாற்போலச் சொன்னாள் அம்மா. தன் மருமகளைப் பற்றி பிள்ளையிடமே அப்படிச் சொல்வது அவளுக்கு என்னவோ போலிருந்தது. "நீ ஒண்ணும் நெனச்சுடாதே. நான் ஏதோ சொல்றேன்னு" என்று, மாப்பு கேட்கிறார்போல தொடர்ந்தாள்.

"என்னம்மாது? ஏன் இப்படிச் சொல்றே? இது நடக்கிறதுதானே. நர்ஸிங் டெம்பர்மெண்ட்டுன்னு இங்கிலீஷ்லெ சொல்லுவா. உடம்பு சரியாயில்லாதவளை கவனமா பார்த்துக்கறது, பண்ணிப்போடறது, ஆகாரம் கொடுக்கறது, தடவிக் கொடுக்கறது, பிடிச்சுவிடறது, பிடிச்சு அழச்சுண்டு போறது இதெல்லாம் சில பேருக்குத்தான் வரும். ரொம்பப் பேருக்கு வராது. மனசிலே இருக்கும். செய்ய வராது. செஞ்சாலும் கரமுரடுன்னு இருக்கும்" என்று செல்லப்பா தாயாரை சமாதானம் செய்தார்.

"உனக்குப் புரியறதா அது!" என்று அவரை சிறிது நேரம் கண்ணைத் திருப்பாமல் பார்த்துக்கொண்டே புன்னகை செய்தாள் தையும்மாள். அது ஒரு மாமியாரின் புன்னகை. அவருக்குப் புரிந்துகொள்ள முடிந்தது.

மகாலிங்கம் டாக்டரைப் பற்றி தாயார் தொடர்ந்து பேசத் தொடங்கினாள். அதற்குள் ஆள் வந்து கூடத்து இரப்பிலிருந்து சாட்டைக் கழியை உருவினான்.

"யார்றாது? முச்சாமியா!"

"ஆமா. வண்டி பூட்டியாச்சுங்க. சாட்டைக்கழி எடுத்துக்கிட்டுப் போறேன்."

"விளக்கு எடுத்துண்டியா?"

"எல்லாம் கட்டியாச்சு."

"எண்ணெய் இருக்கா, பாத்தியா, விளக்லெ?"

"இருக்குங்க."

"கிளாசைத் துடைச்சியா, கரியா இருந்துதே."

"துடைச்சாச்சு. வந்து பாருங்க" என்று செல்லப்பாவைப் பார்த்து வெள்ளைப் பல் வரிசை மின்ன சிரித்தான் முத்துசாமி. "கரெக்ட்டுன்னா கரெட்டு அம்மா; இல்லாட்டி தொளைச்சு எடுத்துடுவாங்க."

"பின்னே என்ன? இப்ப லாரியெல்லாம் போக ஆரமிச்சிருக்கு தாழங்குடிக்கும் குத்தாலத்துக்கும். கள்ளைக் குடிச்சிட்டு ஓட்றானாம். போன மாசம் இருட்டிலெ குருக்கள் விளக்கில்லாமல் வண்டி ஓட்டிண்டு வந்திருக்கார். மேலே வந்து இடிச்சானாம் லாரிக்காரன். லாரி விளக்கு சரியா எரியலியாம்."

"நான் அந்த ரோடிலெ போகலெம்மா. குறுக்காலே வண்டிப் பாதையோட போப்போறேன். லாரி, மோட்டார் ஒண்ணும் வராது."

“நீயும்தான் போய்ட்டு வாயேண்டா குழந்தே. கொஞ்சம் மளிகை சாமானும் வாங்கிண்டு வாயேன், மங்களத்தைக் கேட்டுண்டு” என்று செல்லப்பாவை உந்தினாள் தாயார். அவசர அவசரமாக சாமான் குறிப்பு எழுதிக்கொண்டார் செல்லப்பா.

வாசலில் அரைவண்டி ஒரு மயிலையும் வெப்பாளையு மாகக் கிளம்பத் துடித்துக்கொண்டிருந்தது. வண்டியிலும் மாட்டிலும்கூட அம்மாவைத்தான் பார்க்கமுடிகிறது. வண்டிக் காளைகளைக்கூடப் பொறுக்கி எடுத்து வாங்கி யிருந்தாள். மாட்டு முகத்திற்குக் களை, பார்வை, அழகு எல்லாம் உண்டென்று தோன்றிற்று அவருக்கு. கொப்பி போட்ட கொம்பும் சலங்கைகளும் நடுத்தர உயரமும் பருமனும் நிமிர்ந்த தலையுமாக சவாரிக்குத் தயாராக நின்றன இரண்டும். வண்டியையும் தாழங்குடி பண்ணை களின் மாடலில் உருவாக்கியிருந்தாள் அம்மா. நுகத்தடிக்கு முன்னால் நின்று அவர் ஏறுகிறவரையில் நகர்ந்து விடாமல் காத்துக்கொண்டிருந்தான் முச்சாமி. அவர் ஏறினதுதான் தாமதம் – விருட்டென்று நகர்ந்தது. பாய்ந்து ஏறிக் கொண்டான் அவன்.

ooo

முக்கால் தூரமும் வயலை ஒட்டிய மண்சாலையும் இன்னும் தண்ணீர் பாயாத வயல்களில் விழுந்த வண்டிச் சுவடுகளும் தான். ஆனால் சிமெண்டுச் சாலையில் போவது போல் மாடி ரண்டும் பாய்ந்துகொண்டிருந்தன. கிட்டத்தட்ட நாலு மைல் தொலைவும் அரை மணிக்குள் போய்விட்டது. பாதி தூரம் போனதும் ஒரு சிகரெட்டை எடுத்துப் பற்ற வைத்துக்கொண்டார் செல்லப்பா. அம்மாவுக்கு எதிரில் புகைக்க அவருக்குக் கூச்சம் – கொஞ்சம் பயம்கூட. நல்ல வேளையாக அம்மா போகச் சொன்னாளே என்று இருந்தது. காலையிலிருந்து பிடிக்காததையெல்லாம் சேர்த்து வெறியோடு இழுத்தார். குத்தாலம் கடைத்தெரு வருவதற்குள் மூன்று சிகரெட்டுகள் புகைந்து விழுந்தன.

மணி இன்னும் ஆறு அடிக்கவில்லை. ரயிலடிக்குப் பக்கத்தில் வண்டியை அவிழ்த்துப் போடச் சொல்லிவிட்டுக் கடைத் தெருவில் நடந்தார். செல்லப்பாவுக்குத் தெரிந்தவர்கள் அங்கு யாரும் இல்லை – மளிகைக் கடைக் காரரைத் தவிர. அவரை யாரும் நன்றாக ஏறிட்டுக்கூடப் பார்க்கவில்லை. நின்ற பார்வையாகக்கூடப் பார்க்கவில்லை. ப்ரிகேடியர்களும் கர்னல்களும் நின்று செல்யூட் அடிக்கிற அவருடைய அந்தஸ்து யமுனைக்கப்பாலும் ஜம்முவோடும் நின்றுவிட்டது போலிருந்தது. அவருக்குக் கொஞ்சம் சிரிப்புக்கூட வந்தது. ராணுவ சப்ளைகளுக்கு அவருடைய கையெழுத்துக்குக் கெஞ்சிக் கொண்டு பல யூனிட்டுகள் நிற்க வேண்டும். இப்போது அவரே சர்க்கரை ரேஷனுக்கு மாயவரத்துக்கும் ஊருக்கும் நாலு தடவை நாயாக அலைந்ததுண்டு. அவரை நிற்கவைக்காமல் உட்கார ஸ்டூல் கொடுக்கிறார்களே.

ஒரு பஸ் விரைந்து வந்தது. “டாட்டி” என்று ஒரு சத்தம். ஒரு கை ஆட்டிற்று. பஸ்ஸிலிருந்த அவர் பையன் அவரைப் பார்த்துச் சிரித்தான். தலையை இழுத்துக் கொண்டான். அவர் வேகமாக பஸ் ஸ்டாண்டை நோக்கி நடந்தார். பஸ் ஸ்டாண்டை நெருங்கியபோது “அப்பா வந்துட்டா” என்று அவர் பெண் ஓடிவந்தது. பையன் ஓடி வந்தான். முச்சாமி அவர்கள் கொண்டுவந்த சாமான்களை ஒவ்வொன்றாக எடுத்து அருகில் இருந்த ஷெட்டில் சேர்த்துக்கொண்டிருந்தான். மங்களத்தம்மாள் எண்ணி சரி பார்த்துக்கொண்டிருந்தாள். முச்சாமி கடைசி நடை வரும்போது “எல்லாம் சரியாயிருக்கா?” என்ற அவனோடு இன்னொரு அம்மாளும் வந்து மங்களத்தம்மாளைக் கேட்டுக்கொண்டே சாமான்களை எண்ணத் தொடங்கினாள். செல்லப்பா பெண்ணோடும் பிள்ளையோடும் அருகே வந்தார்.

“கரெக்ட்டா இருக்கு மாமி – நான் எண்ணிப்பிட்டேன்” என்றாள் அந்த அம்மாள்.

"யாரு தெரியறதா?" என்றாள் மங்களத்தம்மாள்.

அந்த அம்மாளை நிமிர்ந்து பார்த்தார் செல்லப்பா, அம்மாளா! முகத்தைப் பார்த்தால் 'அம்மாள்' மாதிரி இல்லை. பெண்மணி. இருபத்தைந்து இருபத்தெட்டு வயது இருக்கலாம். உயரமாக, ஒல்லியாக, மடிசார்க்கட்டோடு செருப்பு இல்லாத வெறுங்காலோடு நின்ற அந்தப் பெண்ணைப் பார்த்தார். கழுத்தில் தாலிக்கயிறு மட்டும். கையில் மூன்று நான்கு ரப்பர் வளை. முகத்தை எங்கேயோ பார்த்தாற் போலிருக்கிறது. சரியான ஞாபகமும் இல்லை.

"தெரியலியா?" என்றாள் மங்களத்தம்மாள்.

அந்தப் பெண்மணி நாணத்துடன் குனிந்து நின்றாள்.

"யாரு?" என்று மீண்டும் பார்த்தார் செல்லப்பா.

"நன்னாப் பார்த்தா ஞாபகம் வரும்."

செல்லப்பா நன்றாகத்தான் பார்த்தார். முகம் எப்போதோ பார்த்த மாதிரி இருந்ததைத் தவிர வேறு ஒன்றும் நினைவில் தட்டவில்லை. அவருக்குச் சட்டென்று பட்டதெல்லாம் அந்த உயரமும் ஒல்லியும் வெறும் காலும் அந்த வெறும் காலில் நீண்டு வளர்ந்திருந்த விரல்களும் தான்; செருப்புப் போடாத அந்தக் காலும் விரல்களும் மண் பதிந்திருந்ததுதான். கால் நகங்களிலும் வெள்ளையை மறைத்துப் படிந்திருந்த புழுதி. அத்தோடு தாலிக்கயிற்றைத் தவிர எதுவும் இல்லாத கழுத்தும், கிட்டத்தட்ட முழங்கை வரை வந்த பூப்போட்ட வெள்ளைச்சீட்டி ரவிக்கையும், சிறிது பச்சை நரம்போடிய முன்கையில் தளர்ந்து சரிந்திருந்த ரப்பர் வளைகளும் காதில் மங்கிய பழைய சிவப்புத் தோடும் இடித்துக் காட்டின ஏழ்மை. பரம ஏழைகள் போட்டுக்கொள்கிற உருட்டைக்கூடக் கால் விரலில் காணவில்லை. ஒரு சமயம் கணவன் . . . என்று சந்தேகப்பட்டு நிமிர்ந்து பார்த்தபோது நெற்றியில் குங்குமம் தெரிந்தது. கணவன் இருக்கிறவள்தான். உருட்டுக்கூடப்

பண்ணிப் போட முடியாத, அல்லது உருட்டைக்கூடப் பிடுங்கி விற்று விடுகிற கணவனா . . .

"ஞாபகம் வல்லியா?" என்றாள் அவர் மனைவி.

"நான் அப்ப சின்னக் குழந்தை மாமி" என்று மங்களத்தம்மாளைப் பார்த்து நாணப் புன்னகை செய்தாள் அந்தப் பெண். "எத்தனை வருஷமாச்சு!"

"பட்டு – சிவசாமி ஆம்படையா பட்டு. உங்கம்மா வோட மாமாவோட மாமாவுக்குப் பேத்தி. நம்ப அம்மாவுக்குக் கண்ணைக் கொடுத்த பட்டு."

"ஆமா, கண்ணைக் கொடுத்தேன்" என்று அதை மறுத்து மங்களத்தம்மாளைப் பார்த்துச் சிரித்தாள் பட்டு. "டாக்டர், ஆஸ்பத்ரி, நர்ஸு – எல்லாரும் பேசாம இருந்தா – நான்தான் கண்ணைக் கொடுத்தேன்."

பட்டு அவரைப் பார்க்கவில்லை. மங்களத்தம்மாளைப் பார்த்துக்கொண்டுதான் பேசினாள்.

"அப்படியா? என்ன கோயின்ஸிடென்ஸ் பாரு. நான் வண்டியைக் கட்டிப் புறப்படறத்துக்கு முன்னாலெதான் அம்மா சொல்லிண்டிருந்தா இவா செஞ்சதை. நர்ஸு, டாக்டர்ன்னெல்லாம் அம்மா சொல்லலே – இவாளைப் பத்தித்தான் சொல்லிண்டிருந்தா–"

"இவா என்ன இவா! இவன்னு சொன்னாப் போரும்" என்று பட்டுவைப் பார்த்து லேசாகச் சிரித்தாள் அவர் மனைவி – ஈரக் கார்க்கை சீசாவிலிருந்து இழுப்பதுபோல. மங்களத்தம்மாளின் சிரிப்புக்கு அந்த ஓசைதான்.

"இஞ்சானே இருங்க. வண்டியைப் பூட்டிக்கிட்டு வாறேன்" என்று விரைந்தான் முச்சாமி.

"கடைத் தெருக்குப் போறதுக்கு முன்னாலெ கொரநாட்டிலெ இறங்கி பட்டுவையும் அழச்சிண்டு போகலாம்னு போனேன். எல்லாரையும் பார்க்கணும்னு சொன்னா.

ஆப்பரேஷனாகி கொண்டுவிட்டப்பறம் அம்மாவையும் பார்க்கலியாம். அதான் அழச்சிண்டு வந்தேன்.”

“பார்க்கட்டும், நாமள்ளாம் ஊருக்குப் போற வரைக்கும் இங்கியே இருக்கட்டும். அம்மா விடவும் மாட்டா. அம்மா இவரைப் பத்திப் பேசறதைப் பார்த்தான்னா தெரியும்... ஏன் அவரையும் அழைச்சிண்டு வரப்படாதா . . . அவர் பேர் என்ன?”

“நல்ல ஞாபகம். இப்பதானே சொன்னேன் சிவசாமி. அவனையும் அவர்னு சொல்லவாண்டாம். இவளையும் இவர், இவான்னெல்லாம் சொல்லவாண்டாம். வயசும் குறைச்சல். உறவு வேற. என்னமோ வயித்துப் பொழைப்புக் காக நம்மையெல்லாம் ஆயிரம் மைல் ரண்டாயிரம் மைல்னு தூக்கிப்போட்டிருக்கு. அதுக்காகப் பேச்சிலெ கூட ஆயிரம் ரண்டாயிரம் மைல் தூரம் இருக்கணும்னு இல்லெ.”

மங்களத்தம்மாள் பேசுவதைக் கேட்டு, பையனும் பிள்ளையும் ஒருவருக்கொருவர் பார்த்து உதட்டை நீட்டிக் கொண்டார்கள். பையன் அதோடு நிற்கவில்லை.

“அப்பா, நீயும் எங்க மாதிரி பள்ளிக்கூடத்தில் படிக்கிறாப்பல நினைச்சுக்கோயேன். எந்தப் பையன் புதுசா வந்தாலும் நாங்க எடுத்த எடுப்பிலே நீ வா, போடாபுடான்னு தான் பேசிக்குவோம்.”

பட்டு ஒன்றும் பேசவில்லை. எல்லாவற்றுக்கும் புன்சிரிப்புதான். செல்லப்பாவையும் பார்க்கவில்லை.

வண்டியில் போகும்போது அவள் அவரைப் பார்க்க வில்லை. முழங்காலைக் கட்டியவாறோ, எதிர்ச் சட்டத்தைப் பற்றியவாறோ முன் பக்கம் பார்த்துக்கொண்டிருந்தாள். எப்போதாவது செல்லப்பா சட்டத்தைப் பற்றியிருக்கிற அந்த விரல்களையும் முன்கையையும் பார்ப்பார். அம்மா பாடின ‘நர்ஸிங்’ கையா இது? நீளவிரல்கள், புறங்கையில் வழவழப்பு. பச்சை நரம்போடிய முன்கை. அதில் அவருக்கு

போஷாக்கில்லாத வறுமைதான் தெரிந்தது. முகத்திலும் பார்வையிலும் மட்டும் அதைச் சட்டை செய்யாத ஒரு சிறு மலர்ச்சி. அல்லது அது பழகிப்போய் விட்டாற்போல் அதோடு மனஸ்தாபமில்லாமல் ஒத்துப்போய் வாழ்கிற திருப்தி. இந்த மாதிரி எத்தனையோ குடும்பங்களை அவர் பார்த்திருக்கிறார் – ஜம்முவிலும் அவர் வேலை பார்த்த பல இடங்களிலும். இங்கும் இந்த இரண்டு மாத லீவில் ஊரிலேயே பலர் அப்படித்தான் இருக்கிறார்கள். பொழுது விடிந்தால் வெறும் சோறு, வெறும் புளிக்குழம்பு, தண்ணீரைத் தாராளமாகக் கலந்து பெருக்கின மோர், இருந்தால் ஒரு அப்பளம் – இப்படி காய்கறி, பால், பருப்பு என்று ஒன்றையும் காணாத குடும்பங்கள் ஊரில் இருக்கின்றன. மனித ஜாதியை ஏழை, பணக்காரன் என்று பிரிப்பதைவிட, தெம்புக்காகச் சாப்பிடுபவர்கள், உயிரை உடம்பில் நிறுத்தச் சாப்பிடுபவர்கள் என்று பிரிக்க வேண்டும் என்று இந்த இரண்டு மாசமாகத் தோன்றிக்கொண்டு வருகிறது. அவரும் ஒரு ஏழைக்குப் பிறந்தவர்தான். ஆனால் தையும்மாள் சமையல் செய்கிற வீட்டில் அந்தப் பணக்காரக் குழந்தைகளோடு குழந்தையாக அவருக்குக் கிடைத்த சாப்பாடு வெகு குழந்தைகளுக்குக் கிடைத்ததில்லை. அதனால் நல்ல சாப்பாடு, த்ராபை சாப்பாடு என்று இரண்டு இனங்கள்தான் உண்டு என்பது அவருடைய தற்போதைய கணக்கு.

பட்டுவை அப்படித்தான் மனதுக்குள் பார்த்துக் கொண்டிருந்தார் அவர். எங்காவது ஒண்டுக்குடி – ஒற்றை அறையில். கொண்டவன் சாப்பிட வந்தால் பருப்பில்லாத குழம்பு, பருப்பில்லாத ரசம், மோர் என்கிற கழுநீர் – வாரத்துக்கு ஒரு தடவை இந்தச் சமையலில் ஒரு கீரைத்தண்டு . . .

வண்டிக்காரனுக்குப் பக்கத்தில் போகிற திசையைப் பார்த்து அவர் பையன் உட்கார்ந்திருந்தான். பின்னால் அவருடைய பெண். அதற்குப் பிறகு பட்டு, பிறகு அவர் மனைவி, பிறகு அவர். எதிரும் புதிருமாக

உட்கார்ந்திருந்தார்கள். அவரும் பட்டுவும் ஒரே வரிசையில் உட்கார்ந்திருந்ததால் அவருக்கு அவளை நன்றாகப் பார்க்க முடியவில்லை. முயற்சியோடு திரும்பிப் பார்க்கவும் கூச்சம். அவளுடைய கைகளையும் எதிர்ச் சட்டத்தைப் பற்றியிருக்கிற விரல்களையும்தான் பார்க்க முடிந்தது. பஸ் ஸ்டாண்டில் அறிமுகப்படுத்தப்பட்டபோது இரண்டு தடவை முகத்தைப் பார்த்தார். அவளுடைய கண்கள் சற்று அளவுக்கு மீறிப் பெரியவை – சிறிது நேரம் இமை கொட்டாமல் பார்க்கக்கூடிய கண்கள் என்று மட்டும் தெரிந்துகொள்ள முடிந்தது. சில கண்கள் துருவிப் பார்க்கும் – கொட்டாமல் – எதையும் – அப்படிப் பார்க்கிற அவசியம் இருந்தாலும் இல்லாவிட்டாலும். அந்த மாதிரி கண் இது. அதோடு, ஒரு சிறு சிரிப்பும் எப்போதும் படர்ந்திருக்கிறாற் போன்ற கண். அந்தச் சிரிப்பு உதட்டில் விளைந்ததா, கன்னத்தில் விளைந்ததா என்று கண்டுபிடிக்க முடியாத சிரிப்பு. அது சில கண்களின் வாகாக இருக்கலாம்.

செல்லப்பாவை வழக்கமான கூச்சம் விடவில்லை. மொந்தனூர் அய்யர் வீட்டில் அடங்கி ஒடுங்கிப் பழகிய சுவடு அவரை இன்னும் விட்டபாடில்லை. பேசவும் துடித்தது. முன்கையின் பச்சை நரம்பும் செருப்பில்லாத வெறும் காலும் அவர் ஆவலைக் கிளறிக்கொண்டிருந்த நமநமப்புத் தாங்காமல் வாயைத் திறந்தார்.

"சிவசாமி என்ன பண்ணிண்டிருக்கார்?"

சிறிது நேரம் பதில் இல்லை. மங்களத்தம்மாளும் பேசவில்லை.

"உனக்கும் தெரியாதா?" என்றார் அவர் மனைவியைப் பார்த்து.

"சொல்லேண்டி பட்டு!"

"என்னத்தைச் சொல்றது மாமி! ஏதோ பண்ணிண்டிருக்கார்."

“ஏதோன்னா?”

“ஏதோதான்” என்று பட்டு சொல்லும்போதும் கன்னத்தில் சிரிப்பு. அவர் தைரியமாகவே பார்த்தார் அதை.

“—”

“அவருக்கு இஷ்டப்பட்டா வேலைக்குப் போவார். செட்டியார் பாடசாலை சத்திரத்திலே கணக்கு வழக்கெல் லாம் பார்த்திண்டிருந்தார். அப்புறம் பாடசாலை சத்திரம் எல்லாம் மூடியாச்சு. மூணு வருஷமாச்சு. அதிலேர்ந்து அப்படீ இப்படீதான். இன்ன வேலைன்னு நிச்சயமா ஒண்ணும் கிடையாது.”

மேலே நிமிண்டி நிமிண்டிக் கேட்கத் தயங்கினார் செல்லப்பா. பிறகு அவர் பேசவில்லை. அவர் மனைவி கடைக்குப்போன விவரங்களைச் சொல்லத் தொடங்கினாள்.

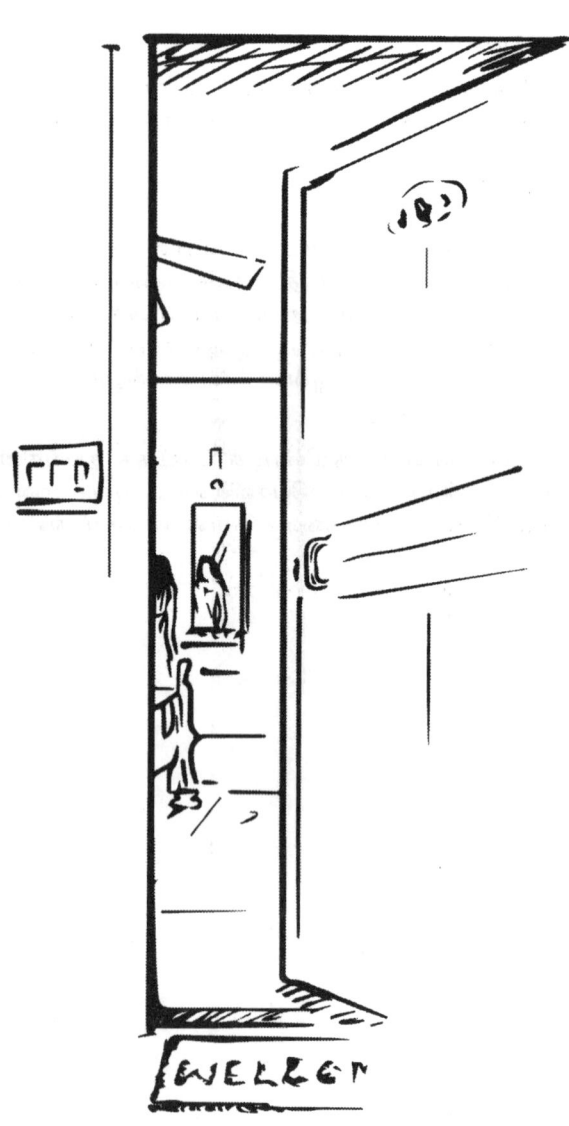

2

பட்டு வந்து மூன்று நாளாயிற்று. அன்றிரவு சாப்பிட்டுவிட்டு வாசல் திண்ணை யில் உட்கார்ந்திருந்த செல்லப்பா சிகரெட் பிடிப்பதற்காகத் தெருவை விட்டு வெளியே கிளம்பிப் போகலாம் என்று நினைக்கும்போது, அவர் தாயார் "நீதான் உட்கார்ந்திருக்கியா?" என்று கேட்டுக்கொண்டே வந்தாள். வாசலில் கும்மிருட்டு.

"ஏம்மா?"

தையும்மாள் அவருக்கு எதிரே உட்கார்ந்து கொண்டாள்.

"நாளைக்குக் காலமே சிவசாமி வரானாம்" என்று ஆரம்பித்தாள்.

"அப்படியா?"

"உன்னைப் பார்க்கத்தான் . . ."

"ம்."

"வெறுமே பார்க்க வர்லெ. உனக்கு ஒரு பொறுப்பு வந்திருக்கு."

"என்ன ?"

"அவனுக்கு ஒரு வேலை வாங்கித் தரணும். பட்டு பயப்படறா."

"அப்படீன்னா ?"

"பட்ட கால்லெ படுங்கிற கதைதாண்டா" என்று சொல்லத் தொடங்கினாள்.

சிவசாமிக்குத் தாயாரில்லை. பதினான்கு வயதில் அவனையும் ஒரு பெண் குழந்தையையும் புருஷனையும் விட்டு விட்டு மூன்றாவது பிரசவத்திற்கு வயிற்றுக் குழந்தையோடு பலியாகிவிட்டாள். அவள் புருஷன் ஸப் மாஜிஸ்ட்ரேட்டாக இருந்தவன். குழந்தைகளைக் காப்பாற்றுவதாக வேறு கலியாணம் செய்துகொள்ளாமல், தானே சமையல் செய்து இரண்டு குழந்தைகளுக்கும் போட்டு படிக்க வைத்துக்கொண்டிருந்தானாம். சப் மாஜிஸ்ட்ரேட் ஆதலால் ஒரு சிநேகிதப் போலீஸ் இன்ஸ்பெக்டர் ஆர்டர்லியை அனுப்பி அவருக்கு வீட்டு வேலையில் உதவி செய்துகொண்டிருந்தாராம். மனுஷன் அதிர்ஷ்டக்கட்டை. தாயார் இறந்த ஒரு வருஷத்திற்கெல்லாம் அந்தப் பெண்ணும் எங்கேயோ விழுந்து சிராய்த்துக் கொண்டதாம். அதைச் சரியாகக் கவனிக்கவில்லை. டெட்டனஸ் வந்து, அதை அம்மை என்று நினைத்துக்கொண்டு ஒன்றுவிட்ட தமக்கை ஒருத்தி வந்து கைவைத்தியம் செய்ததில் நோய் முற்றி பெண் கண்ணை மூடிவிட்டது. பட்டுவின் தகப்பன் பக்கத்துக் கோர்ட்டு வாசலில் ஸ்டாம்ப் விற்றுக்கொண்டிருந்தானாம். ஒரே தெருவில் வாசம். செத்துப்போன அந்தப் பெண்ணோடு ஒரே வகுப்பில் படித்துக்கொண்டிருந்தாள் பட்டு. அந்தப் பெண் கிடக்கும்போது "அம்மை, வராதே வராதே" என்று வாசலில் வேப்பிலைக் கொத்தைச் செருகி பட்டுவை உள்ளே வரவிடாமல் தடுத்துக் கொண்டிருந்தாள் தமக்கை. அந்தப் பெண் கண்ணை மூடின அன்று காலையில்தான்

அது அம்மையில்லை என்று பக்கத்து வீட்டுக்காரர்கள் வந்து பார்த்துச் சொன்னார்களாம். ஆனால் அதற்குள் பெண்ணுக்கு நினைவு மாறி மாறித் தவறத் தொடங்கி விட்டதாம். தகப்பனும் தாயும் சொன்னதைக் கேட்டு, கடைசி நிமிஷத்தில் பட்டுவும் ஓடியிருக்கிறாள். அந்தப் பெண் ஏதோ சுலோகம் சொல்லிக் கொண்டிருந்ததாம் – நினைவு வருகிற சமயத்தில் பட்டுவைப் பார்த்ததும், "நீ கொண்டுவிட வந்திருக்கியா?" என்று கேட்டதாம்.

"என்ன காமு?"

"அதோ ராமனும் சீதையும் நிக்கறா பாரு, என்னை அழைச்சிண்டு போக. நீ எதுக்கு என்னைக் கொண்டு விடணும்? அவாதான் நேரே வந்திருக்காளே!"

பிறகு "தொலினே ஜேஸின பூஜா பலமு . . ." என்று பாடுகிறாற் போலக் குழறிற்றாம். நினைவு அத்தோடு நழுவி விட்டது. மூன்று நிமிஷம் கழித்து ஒரே அடக்கமாகி விட்டது. சப்மாஜிஸ்ட்ரேட்டின் தமக்கைக்காரி 'செல்லமே' என்று வீறிட்டாளாம். சிவசாமி சிறிது நேரம் முகத்தில் அறைந்தாற்போல் நின்றுவிட்டு, செய்தியை முழுவதும் உள்ளே வாங்கியதும் நடுங்கி வெலவெலத்து அந்த உடலின் மீது விழுந்து அழுதானாம். "காமூ, காமூ – இனிமே என்னை யாருடீ பார்த்துப்பா – யாருடீ பார்த்துப்பா" என்று உடல் மீது புரண்டு துடித்திருக்கிறான். இருபது தடவை அவன் இப்படிக் கத்தியதைப் பார்த்து, "ஏய் சிவூ! எழுந்திரு – எழுந்திரு, நான் உன்னைப் பார்த்துக்கறேன். எழுந்திரு. நான் இருக்கேன் உன்னைப் பார்த்துக்க" என்று அவனுடைய முதுகை அணைத்து இழுத்தாள் பட்டு. "நான் பார்த்துக்கறேன் உன்னை, நான் பார்த்துக்கறேண்டா."

"பேசாமே இருடீ குழந்தே" என்றாளாம் அந்த தமக்கைக்காரி.

தையும்மாள் மேலே பேசவில்லை. கரகரவென்று வந்த தொண்டையைக் கனைத்துக்கொண்டாள்.

கும்மிருட்டு. எதிரேயிருந்த வெற்றுமனையில் பூவரச மரங்களும் தென்னம்பிள்ளைகளும் சலசலக்கிற ஓசை. ஒரு வெள்ளை நாய் வந்து வாசலில் நின்று அவர்கள் உட்கார்ந்த திசையைப் பார்த்துக்கொண்டு நின்றது.

செல்லப்பாவின் நெஞ்சு கரைந்துகொண்டிருந்தது. அவரும் பேச முடியாமல் சிறிது காத்திருந்தார். தையும்மாள் இன்னும் மேலே பேசவில்லை.

"ஒரு குடும்பத்துக்கு இப்படியெல்லாமா வரும்?" என்று சொல்லி, குரல் கரகரப்பைத் தெளிவுபடுத்திக் கொண்டார்.

தையும்மாள் கண்ணாடியை எடுத்து புடவைத் தலைப்பால் கண்ணைத் துடைத்துக்கொள்வது தெரிந்தது. "அப்பாடா" என்று பெருமூச்சுடன் அவள் வாய் திறந்தது. "பட்டு சொன்ன சொல்லைக் காப்பாத்திப்ட்டா – அதுக்குன்னா சொல்ல வந்தேன் ... சிவசாமி அப்பா அப்படியே உருகி உருகி அடுத்த வருஷம் செத்துப் போய்ட்டார். சிவசாமி தன்னந் தனியா நின்றான். மெட்ரிக்குலேஷன் பரீட்சை எழுதற சமயத்துக்கு அவர் பிராணனை விட்டுட்டார். தன்னந்தனியா நின்றிருக்கான். அப்புறம் என்னென்னவோ பண்ணிப் பார்த்திருக்கான் – வேலை ஒண்ணும் கிடைக்கிற வழியாயில்லே. கொஞ்ச நாள் ஒரு ஷாப்புக் கடையில் வேலை பார்த்தானாம். அப்புறம் ஒரு டாக்டர்கிட்ட வேலை பார்த்தானாம். அப்பதான் பட்டுவோட கலியாணப் பேச்சு வந்திருக்கு. அது தங்கைக்காரி மேலே பெரண்டு விழுந்தவனை இழுத்துச் சொல்லித்தே – அதை விடலெ. சிவசாமியைத்தான் பண்ணிக்குவேன்னு பிடிவாதமா நின்னிருக்கு. "படிப்பும் முடியாம, நாதனும் இல்லாம, கிட்டின உறவும் இல்லாம ஒண்டிக்கட்டையா நிக்கிறான் – சுயமா ஒரு வேலையும் கிடையாது அவனுக்கு. அவனோட ஏகாதசிக்குப் பங்கு போட்டுக்கப் போறியான்னு அவ அம்மாக்காரி

கேட்டாளாம். அவதான் எங்க மாமாவோட மாமா பொண்ணு. ஏகாதசியோ, சிவராத்திரியோ எதாயிருந்தாலும் சரி, அவன்தான் எனக்குன்னு சொல்லித்தாம் இந்தக் குட்டி. நல்ல வரன்லாம் வந்திருக்கு. ஒண்ணும் காதிலெ விழலெ அதுக்கு. சரின்னு பண்ணிக் கொடுத்துட்டா. கல்யாணத்துக்கப்பறமும் அந்தக் கடை இந்தக் கடைன்னு இருந்துப்ட்டு நாட்டுக்கோட்டை செட்டி பாடசாலை சத்திரத்தில கணக்கெழுதப் போனான். காரணம் ஒண்ணும் இல்லெ. பாடசாலை பையன்களோட சாப்பாடு. இனாம்னு போய்ச் சேர்ந்தான் அங்கே. இப்ப அதுவும் இல்லெ. இப்ப இது திருப்பதி மரப்பாச்சி மாதிரி நிக்கிறது – ஒரு பாசி மணிக்கு வழி கிடையாது. அது கலியாணத்துக்கு நான் போயிருந்தேன். நிகிநிகின்னு சுடராட்டமா நின்னுது. அடி அசட்டுப் பொண்ணேன்னு அப்பவே நினைச்சுண்டேன். அது நிறமும் களையும் உடம்பும் தோரணையும் – யாரோ பெரிய மனுஷன் வீட்டுப் பொண்ணுமாதிரி நின்னுது. அவ அப்பனுக்கு மூஞ்சியிலெ ஈயாடலெ தாரைவாக்கறபோது. இது கவலையே படலெ. அப்புறம் என்னமோ சம்பாதிக்கலெ அதுஇதுன்னு மாப்ளைட்ட சாச்சாப்பல இருந்தானாம் அப்பன்காரன். அதிலேர்ந்து பிறந்தாத்துக்குப் போறதயும் நிறுத்திட்டுது. உங்க சங்காத்தமே வாண்டாம்னு அங்கே போறதே கிடையாதாம்."

"பார்த்தா ரொம்ப சாது மாதிரியிருக்கே!" என்றார் செல்லப்பா.

"சாதுதான். அதிலெ என்ன குறைச்சல்? தங்கம். சமர்த்துன்னா பொறந்து வரணும் அந்தமாதிரி. எல்லாம் பெரிய போக்குதான். பிடிவாதமும். என் ஆமடையானை லட்சியம் பண்ணாட்டா எனக்கு மட்டும் என்ன வேண்டிக்கிடக்குன்னு ஒரு பௌருஷம். நியாயம் தானே!" என்றாள் தையும்மாள்.

வெள்ளை நாய் நின்றுகொண்டேயிருந்தது.

"ரொம்ப நேரமா நிக்கறதும்மா இது" என்றார் செல்லப்பா.

"எது?"

"உன்னோட வளப்புதான். வால் குழையறது."

"இதுவா?... மறந்தே போய்ட்டேன். இதோ கொண்டு வரேன். நீ போறதுன்னா போய்ட்டு வாயேன் சுருக்க. இன்னும் சமாசாரம் சொல்லணும்டா."

"இன்னும் என்ன? வேலை தேடிக் கொடுக்கணும். அதானே."

"ஏதாவது பண்ணித்தான் ஆகணும். அவன் நாளைக் காலமே வரானாம் – சிவசாமி. நீ சுருக்க வந்துடு" என்று உள்ளே போனாள் தாயார்.

அவர் புகைபிடிப்பதை அவள் அனுமதிக்கிற பாணி இது.

செல்லப்பா எழுந்து கீழண்டைக் குளக்கரைப் பக்கம் நடந்தார்.

ooo

ஹோட்டல் மூடுகிற சமயம். வியாபாரம் முடிந்து விட்டது. முதலாளி கல்லாவில் உட்கார்ந்து குத்தூசியில் இருந்த பில் சீட்டுகளை ஒவ்வொன்றாக எடுத்துக் கூட்டிக் கொண்டிருந்தார். அவர் தம்பி சில்லறைகளை எண்ணிக் கொண்டிருந்தான். ஒரு ஆள் ஹோட்டல் தரையை வாளி வாளியாகத் தண்ணீர் விட்டு வாருகோலால் ஒதுக்கிக்கொண்டிருந்தான். மணி ஒன்பது. சிவசாமி, வீட்டுக்குப் போக முதலாளி உத்தரவுக்காகக் காத்து ஒரு மேஜை முன்பு உட்கார்ந்திருந்தான். கடைசி நிமிஷத்தில் அவர் ஏதாவது காபி, டீ என்று கேட்பது

வழக்கம். "நீங்க புறப்படலியா?" என்று அவர் கேட்டதும், எழுந்து உக்ராண உள்ளில் மாட்டியிருந்த சட்டையை எடுத்துப் போட்டுக்கொள்வதற்காகப் போனவனுக்கு, பை கனத்தைப் பார்த்ததும் சட்டென்று ஞாபகம் வந்தது. பையில் இரண்டு மூன்று சாவிகள் கோத்த வளையம் கனத்தது. பட்டு ஊரில் இல்லாதது அப்போது தான் நினைவுக்கு வந்தது. உடனே கொல்லைப் பக்கம் போனான். நாலு வாளி தண்ணீரை மேலே கொட்டிக்கொண்டு தேய்த்துக் குளித்தான். பழைய வேட்டியையே இழுத்துக் கட்டிக்கொண்டான். சட்டையைப் போட்டுக்கொண்டான். உள்ளே போய் தலைமைச் சமையற்கார சுப்புணியைக் கேட்டு நாலு ஆறிப்போன இட்லியையும், மிளகாய்ப் பொடி, எண்ணெயையும் வாங்கிக்கொண்டான்.

"என்ன இன்னிக்கு அபூர்வமாயிருக்கு!"

"வீட்டிலெ யாரும் இல்லெ. உறவுக்காரா வந்திருந்தா. அவாளோட ஊருக்குப் போயிருக்கா" என்று வேண்டா வெறுப்பாகத் தின்றான். அவனுக்கு ஹோட்டலில் எதையும் சாப்பிடப் பிடிக்காது. காபி மட்டும் குடிப்பான். சுப்புணி முதல் எண்ணெயில் போட்ட பஜ்ஜி, வடை ஏதாவது இருந்தால் மாலை வேளையில் ஒன்றிரண்டைத் தின்று காபியைக் குடிப்பான். அதேபோல விடியற்கலையில் ஹோட்டலுக்குள் நுழைந்ததும் முதல் ஈட்டு இட்லியில் நாலைந்தைத் தின்றுவிட்டு, சர்வர் வேலையைத் தொடங்குவான். இது ஒரு மாதமாக நடக்கிறது. தற்போது அவன் வேலை ஹோட்டல் சர்வர்.

வீட்டில் ஐந்து குடிகள். முதல், இரண்டாம் கட்டுகளைக் கடந்து மூன்றாம் கட்டில் நடைக்கு இந்தப் பக்கமும் அந்தப் பக்கமும் ஒவ்வொரு குடித்தனம். அதில் ஒன்று சிவசாமி – பட்டு குடும்பம். சிவசாமி இருளையும் பாதி இருளையும் கடந்து அறைப் பூட்டைத் திறந்து பெட்ரூம் விளக்கை ஏற்றினான். பட்டு இல்லை. தனி, தனி, தனி, தனி என்று பெட்ரூம் விளக்கு சொல்லுவது போலிருந்தது. வயிற்றில்

'நமநம' வென்ற – என்னவென்று சொல்ல முடியாத ஒரு கவலை – லேசாக ஒரு கலக்கம். அதோ குமுட்டி அடுப்பு. சுவரோரமாக ஒரு மரப்பெட்டி. அதன் மேல் இரண்டு பழைய ஒற்றைப் பாய், இரண்டு ஜமக்காளம், மூன்று தலையணைகள். குமுட்டிக்குப் பின் பக்கம் சுவரில் மாட்டியிருந்த ஷெல்பில் சின்னதும் பெரியதுமாக இரண்டு வெண்கலப் பானைகள், கீழ்த்தட்டில் எண்ணி ஆறு பித்தளை டம்ளர்கள் – இரண்டு டவராக்கள். மரப்பெட்டிக்கப்பால் இரண்டு பெட்டிகள் – பழைய ட்ரங்கு. இந்தண்டைச் சுவரில் பெரிய பறை. அதில் இரண்டு மூன்று ஸ்வாமி படங்கள். அதன் கீழே ஒரு சின்ன அலமாரி. அதில் ஏழெட்டு புத்தகங்கள், பத்திரிகைகள்.

புதிதாக இந்த அறையைப் பார்ப்பது போலிருந்தது. பட்டு இல்லாத அறையில் ஒவ்வொன்றும் இப்போதுதான் வந்ததுபோல் இருந்தது – அவன் பிரக்ஞைக்கு.

என்ன இது?

களைப்பாகவும் இருந்தது. பாயை எடுத்து சுவரோரமாக விரித்து சுவர் மீது சாய்ந்துகொண்டு சுற்றிலும் ஒவ்வொன்றாகப் பார்த்தான்.

ஆமாம். கலியாணம் ஆன நாளிலிருந்து இதுவரை பட்டு அவனை ஒரு நாள் கூடப் பிரிந்திருந்ததில்லை. வீட்டு விலக்காக மூன்று நாள் அவள் கொல்லைத் தாழ்வாரத்தில் படுத்திருப்பாள். அது பிரிவில்லை. அவள் இல்லாமல் இருந்ததில்லை.

சிவசாமிக்கு வியப்பாக இருந்தது.

என்ன இது! ஒருநாள் கூடப் பிரியாமல் எப்படி யிருந்தோம்! இப்போது எப்படித் தனியாக இருக்கிறோம்?

இது புதிய அனுபவம். கூட்டத்தில் தாயை விட்டுப் பிரிந்துவிட்ட குழந்தையைப் போல அவனுக்கு உடல் ஏதோ பரந்தது. ஒரு மெல்லிய கிலி.

தி. ஜானகிராமன்

ஆமாம். ஒரு நாள்கூட அவள் பிரிந்ததில்லை. கடைத் தெரு. ஆடி அமாவாசைக்குக் கடலில் குளிக்க வேதாரண்யம், காவேரிப்பட்டினம்; நடராஜாவைப் பார்க்க சிதம்பரம் – இரண்டு பேரும் சேர்ந்து சேர்ந்து சுற்றிக்கொண்டிருப்பார்கள். இன்னும் எத்தனையோ.

சத்திரத்துக் கணக்கு வேலை போன பிறகு அவன் பார்க்காத வேலைகள் குறைவு – மாட்டுத் தரகு, வக்கீல் குமாஸ்தா, சமையல்காரருக்குத் துணை, ஒரு சின்ன வெற்றிலைப் பாக்குக் கடை, பள்ளிக்கூடத்து வாசலில் சர்பத் வியாபாரம் – இந்த வியாபாரம் எல்லாம் கடன் கொடுத்துக் கொடுத்து நஷ்டமடைந்த பிஸினஸ்கள். அதற்காக அவன் யாரையும் திட்டவில்லை. கோபம் வரும், சிரிப்பான். வீட்டுக்கு வந்து பட்டுவைப் பார்த்ததும், நஷ்டம் எல்லாம் லாபமாக அவள் நிற்பது போல் தோன்றுகிற வழக்கம் அவனுக்கு. ஏதோ பெரிய காற்று அடித்து தெருக்குப்பைகளைத் திரட்டி, பிறகு ஒரு மழை பெய்து, தெருவே நறுவிசாக ஆகிவிட்டாற்போல நெஞ்சு அவளைப் பார்த்துத் தெளிந்து போகும். பத்து நாள், ஒரு மாதம், மிஞ்சினால் மூன்று மாதம் ஒரு வேலை தங்கினால் பெரிய காரியம் அவன் வாழ்வில். உயரத்தில் ஒரு சுவர்மீது தன் கால்கூட பாவாத ஒரு சின்ன விட்டத்தில் கூடுகட்ட வைக்கோலை வைத்து அது விழுந்துகொண்டேயிருப்பதைப் பார்த்து மீண்டும் மீண்டும் அதே இடத்தை விடாத முட்டாள் குருவி மாதிரி தன்னைப் பற்றியே அவனுக்குத் தோன்றும். நான் முட்டாள் குருவியா? இல்லை, அதிர்ஷ்டமே என்னைக் கண்டதும் ஓடிப்போகிற துக்கிரியா நான்!

முதல்முதலில் அவனுக்கு ஊர்மேல், ஜனங்கள் மேல் எல்லாம் கோபம். ஸப்–மாஜிஸ்ட்ரேட்டின் பிள்ளையாகப் பிறந்து, தூக்க ஆள், பள்ளிக்கூடம் அழைத்துக்கொண்டு போக ஆள், திருப்பி அழைத்து வர ஆள், கடைசியில் ஒவ்வொருவராக உருட்டி விட்டு, தான் மட்டும் தனியாக நிற்பதென்றால்! எத்தனை பெரிய அதிஷ்டம்!

“பட்டு! எப்படி நீ என் கையைப் பிடிக்க இத்தனை பிடிவாதம் பிடித்தாய்? ஏன்? என் தங்கைமீது விழுந்து கதறியபோது சொன்ன ஒரு வார்த்தைக்கா ... அப்படி ஒரு பிடிவாதம் ஒரு ஜன்மத்திற்கு இருக்குமா என்ன? சங்கா தோஷம், பேய் புகுந்து – இந்த மாதிரி ஜன்மங்களுக்குத் தான் இத்தகைய வெறி, சண்டித்தனம் எல்லாம் வருமாம். பட்டுவும் அந்த மாதிரி ஒரு ஜன்மமா?”

அந்த பெட்ரூம் விளக்கின் இருட்டொளியில் குழந்தை மாதிரி உட்கார்ந்திருந்தான் அவன். உள்ளே தாய் காரியமாக இருக்கிறபோது தனியாக சிறிதுநேரம் அங்குமிங்கும் பார்த்துக்கொண்டிருக்கிற குழந்தை, அவள் நினைவு வந்ததும் அரள்வதுபோல ஒரு மருட்சி.

“பெரிய இடம் என்று இல்லாவிட்டாலும், வசதியான வீட்டில் இருக்க வேண்டிய ஜன்மம் அது. வசதியான இடத்துக்கு ஏற்ற தோற்றம், பார்வை, பேச்சு. எப்படி இங்கு வந்து காலை விட்டுக் கொண்டாள் – பொறியில் விடுகிறது போல ...”

தான் பெரிய இவன் மாதிரி வீட்டுக்கு வந்ததும் சோற்றைப் போட்டுவிட்டு, தானும் சாப்பிட்டுவிட்டு சும்மாவாவது எதிரே உட்கார்ந்திருப்பாள். பேசமாட்டாள். ஏதாவது படிப்பாள். அதெல்லாம் சும்மா. அவனோடு உட்கார்ந்திருக்க வேண்டும். பேசவேண்டாம்; கிட்ட இருந்தால் போதும் என்பதுபோல. அவனும் அவளைப் பார்த்துக்கொண்டேயிருப்பான். அப்பா! என்ன களை! என்ன உயரம்! என்ன நறுவிசு! உடம்பு வாகில், நடையில், உட்காரலில், பேச்சில், பரிமாறலில் பிசிறு இல்லாத ஒரு நறுவிசு. நினைவு, சிரிப்பு, பார்வை – இன்னும் எதை எதையெல்லாமே சேர்த்து அழகாக, பொட்டலம் கட்டினாற் போல ஒரு அடக்கம்.

தையும்மாளுக்குக் கண் சிகிச்சைக்கு அவனும் கூடப் போயிருந்தான். அந்த அம்மாள் பட்டுவின் காலில் விழுந்து

கும்பிடாத குறை, அப்படி அவளுடைய பணிவிடையில் சொக்கிக்கிடந்தாள். அவள் வீட்டுமனிதர்கள் என்பதற்காகத் தான் பட்டு, கூப்பிட்ட உடனே அவர்களுடன் கிளம்பி யிருக்க வேண்டும்!

மாலையில் பட்டு ஹோட்டலில் வந்து நின்று உள்ளே சொல்லி அனுப்பினாள். அவளை அங்கு பார்த்ததும் அவனுக்கு வெட்கம் படர்ந்தது. பள்ளிக்கூடத்துக்குத் தன்னைப் பார்க்க வந்த தகப்பனைக் கண்டு குன்றி வெட்கம் படர்கிற பிள்ளையைப் போலக் குன்றினான். மங்களத்தம்மாளையும் குழந்தைகளையும் பார்த்ததும் தான் அவனுக்கு தைரியம், பழைய நிலை எல்லாம் திரும்பிற்று. மல்லுக்கட்டி அவர்களுக்கு டிபன் காபி எல்லாம் உபசாரம் செய்தான் – தன் கணக்கில். எல்லாம் முடிந்ததும், மங்களத்தம்மாளையும் குடும்பத்தையும் அவன் பார்த்த ஞாபகம்கூட சரியாக இல்லை. வடக்கே பெரிய உத்யோகத்தில் இருக்கிறவரின் குடும்பம் என்பது மட்டும் அவனுக்குப் பெரிதாகப் படவில்லை. பட்டுவே அவன் வேலை செய்கிற இடத்திற்கு அவனைப் பார்க்க அழைத்து வருகிறாள் என்றால், அவர்கள் அவனுடைய பரிவுக்கும் உபசாரத்திற்கும் உரியவர்களாகத் தான் இருக்க வேண்டும்.

“பாட்டி உங்களையெல்லாம் பத்தி ரொம்ப சொல்லி யிருக்கா. இப்ப கண் எப்படியிருக்கு? நான் வந்து பார்க்கணும்னு ஆசை. எதாவது ஒரு காரணம், முடிய மாட்டேங்கறது” என்று மன்னிப்புக் கேட்கிறாற்போல சொன்னான்.

“அதுக்குத்தான் வந்தேன். நான் இப்ப பட்டுவை ஊருக்கு அழச்சிண்டு போகலாம்னு நினைக்கிறேன். நீங்களும் இப்பவே கூடவரணும்.” – மங்களத்தம்மாள்.

“பேஷா, பட்டு வரட்டும். திடீர்னு இப்ப முதலாளியைக் கேட்டுண்டு நான் கிளம்பறது சிரமம். நான் நாலாம் நாள் காலமே வறேன்.”

“சரி, வந்து ஒருவாரம் எங்களோட இருக்கணும்.”

"சரி. சௌகர்யம் போல பார்த்துப்பம்."

பட்டுவை உற்சாகமாகத்தான் வழி அனுப்பினான் – நல்ல மனிதர்கள், வசதி படைத்தவர்கள், துணையென்று.

இப்போது?

பயம் – குழந்தை பயம்.

பட்டுவை நினைக்க நினைக்க அவனுக்கு வியப்பு. என்னோடு ஏன் இப்படி அவளும் சரிந்துகொண்டிருக்கிறாள்? என்னிடம் என்ன குறையைக் கண்டார்கள் வேலை கொடுக்கிறவர்கள்? எல்லோருக்கும் கூலி நாலணா கொடுத்தால், என்னைப் பார்த்தவுடன் ஏன் அவர்களுக்கு இரண்டணா போதும் என்று தோன்றுகிறது? என் முகத்தில் சாது, அசடு, இளிச்சவாயன் என்று எழுதி ஒட்டியிருக்கிறதா? ... ஒரு தடவை வேலையில்லாதபோது ஒரு புது வியாபாரம் ஆரம்பித்தான் சிவசாமி. ஒருபடி பார்லி அரிசியை வாங்கித் தண்ணீரை விட்டுக் காய்ச்சினான். வாசனை, ரோஜா நிறம் எல்லாம் கலந்தான். ஒரு பெரிய பானையில் கொட்டினான். ஒரு பெரிய கூடையில் காகிதங்களைப் போட்டு ஐஸ் கட்டிகளைப் போட்டு நிரப்பினான். அதன் மேல் பானையை வைத்து, தலைமேல் சும்மாடு கட்டி சுமையைத் தூக்கிக் கொண்டு கடைத் தெருவில் கடை கடையாக ஒவ்வொரு டம்ளராக ஊற்றி ஊற்றிக் கொடுத்தான். பூக்கடைக்காரர், வெற்றிலை சாயபு, பாத்திரக்கடை சாயபு ஒருவர் பாக்கியில்லை. பாதி கடன். முக்கால் பானை தீர்ந்துபோன சமயத்தில், திடீரென்று ஒரு சைக்கிள் சக்கரம் பின்னால் வந்து காலிடுக்கில் புகுந்தது. சைக்கிள் விழுந்தது. அதிலிருந்து ஒரு பையன் விழுந்தான். சிவசாமியின் தலையிலிருந்து பானை விழுந்தது. பார்லி சர்பத் பூமாதேவிக்கு நிவேதனமாயிற்று. கடைத்தெரு நாய்கள் இரண்டு ஓடி வந்தன. அவற்றால் சர்பத்தை நக்கவும் முடியவில்லை. தெரு மண்ணுக்குள் புகுந்துவிட்டது சர்பத்து. கூடையை மட்டும் எடுத்துக்கொண்டு சில்லறையை எண்ணினான். போட்ட

தி. ஜானகிராமன்

காசுக்குமேல் ஆறணா திட்டம் போட்ட எட்டு ரூபாய் லாபம் இனிமேல் தான் கடன் சொல்லிக் குடித்தவர்களிட மிருந்து வரவேண்டும்.

வீட்டுக்கு வந்து சேதியைச் சொன்னதும் பட்டு சிரித்தாள். “லாபத்துக்குப் பதில் புத்தி கொள்முதல் – வாண்டாம் சனியன்” என்றாள்.

“சைக்கிள்விடக் கத்துண்டானாம் அந்தப் பையன். புதுசா எதைக் கத்துண்டாலும் பலின்னு ஒண்ணு கொடுக்கணுமோல்லியோ? பார்லி சர்பத்தும் என் முழங்காலும் கை கொடுத்தது” என்று வேட்டியைச் சிறிது உயர்த்திக் காட்டினான். பட்டு அவன் முழங்காலில் விழுந்த சிராய்ப்புக்குத் தண்ணீர்விட்டுத் துடைத்து தேங்காய் எண்ணெய் தடவினாள். அன்றிரவு வீதிவீதியாக அலைந்து நொந்த அவன் காலை நடுநிசிவரை அமுக்கினாள்.

“ஏன் பட்டு இந்தத் தரித்திரத்தை இப்படிக் கட்டிண்டு அழறே? பேசாம, ஓடிப் போயேன் எங்கியாவது?”

“யாரோட!” என்று சொல்லி அவன் உதட்டைக் கடித்தாள் பட்டு. அவன் கண்ணையும் துடைத்தாள். அன்று இரவு முதல் இரவு திரும்பி வந்தாற்போல் ஆயிற்று. நான் இருக்கேன், நீ இருக்கே என்று ஒற்றைப்படையில் அவன் காதில் முணுமுணுத்துக்கொண்டே இருந்தது அவள் உதடுகள் இரண்டும். “இதுதான் அதிர்ஷ்டம்” என்று அந்த மேனி முழுவதும் அவனை ஆட்கொண்டது. பார்த்துப் பார்த்துப் பிரமித்தான் அவன். “ஈடில்லாத தேகம். அப்பாஹ் அப்பாஹ்” என்று அரற்றினான்.

“எப்படித் தெரியும், ஈடு இருக்கறதும் இல்லாததும்” என்று அவனை முடுக்கினாள்.

வறுமை, துயரம் எல்லாம் இந்த முயக்கில் கரைந்து விட்டாற் போலிருந்தது.

மறுநாள் காலை . . ?

ஒருவருக்கொருவர் பார்த்துச் சிரித்துக்கொண்டார்கள். பட்டு சிவந்து கொண்டிருந்தாள். வேலை தேடவும் பார்லி சர்பத் பாக்கியை வசூலிக்கவும் கிளம்பினான் அவன்.

ஒவ்வொரு நினைவாக வந்து – வந்து இதையெல்லாம் நினைத்துப் பார்ப்பதற்காகவே பட்டு அவனை விட்டு விட்டுப் போனாற் போலிருந்தது.

பாங்க் மணி இரண்டு அடிக்கிறது. எதிர் அறையில் குடியிருந்த பஞ்சு சாஸ்திரியின் குறட்டை உறுமலும் ஊதலுமாக. நடுநடுவில் கொளகொளப்புமாக மாறி மாறிக் கேட்கிறது. இரவும் இருளுமே அப்படிக் குரல் கொடுப்பது போலிருந்தது. சிரிப்பு வருகிறது.

இந்தக் குறட்டையைக் கேட்கும்போதெல்லாம் ஆஸ்பத்ரி கண்முன்னால் வந்துவிடுகிறது. எத்தனை வருஷமாயிற்று! அவன் பள்ளிக்கூடத்துக் கடைசி வருஷ கடைசி பரீட்சை எழுதுவதற்கு முன்னால் இந்த உலகத்தை விட்டுவிட்டார். பரீட்சை நடக்கிறபோது அவன் தினமும் காலையில் சாஸ்திரிகளோடு போய் அரச மரத்துக்கடியில் ஊன்றியிருந்த கல்லை எடுத்து போன உயிருக்குத் தர்ப்பணம் செய்யவேண்டியிருந்தது. பின்பு அவனுடைய அப்பாவின் ஒன்றுவிட்ட சகோதரி வீட்டில் போய் இருந்துகொண்டு பரீட்சையை முடித்துவிடுவதாகப் படிக்க ஆரம்பித்தான். தாயில்லை, தகப்பன் இல்லை. உடன் பிறந்தவருமில்லை. இந்தப் பயத்தில் அவனுக்குப் படிப்பிலும் ஆர்வம் வற்றிக்கிடந்தது. அந்த ஒன்றுவிட்ட அத்தையின் புடவை, அவள் கணவரின் வேட்டியைத் துவைப்பது, கடைசிக் குழந்தையைத் தூக்கி வைத்துக்கொள்வது, மார்க்கெட்டுக்குப் போவது – அந்த மனிதர்களுக்குச் சம்பளமில்லாமல் ஒரு ஆள் கிடைத்துவிட்ட பெருமை. அடுத்த பரீட்சை முடிவு செய்தித் தாளில் வந்தபோது நம்பர் இல்லை. திருப்பித் திருப்பிப் பார்த்தான். இங்கிலீஷ் பேப்பரை வாங்கிப் பார்த்தான். பார்வையில் பஞ்சு பூத்தாற் போலிருந்தது.

அன்றிரவு ஒன்றுவிட்ட அத்தையின் வீடு அமளிப் பட்டது. பையன் புழுவாய்த் துடித்தான். கடைசியில் உண்மையைக் கக்கினான். துக்கம் தாங்காமல், அவமானம் தாங்காமல் மூட்டைப்பூச்சி மருந்தைச் சாப்பிட்டு விட்டானாம். ஆஸ்பத்ரிக்கு தூக்கிக்கொண்டு ஓடினார்கள்.

"ஏண்டாப்பா! எத்தனை நாளாய் இப்படிப் பண்ணணும்னு காத்துண்டிருந்தே! நாங்க என்னடா பண்ணினோம்!" என்று அந்த ஒன்றுவிட்ட அத்தை ஒற்றை மாட்டு வண்டியில் சரம் சரமாக அவன்மீது பாய்ச்சிக்கொண்டிருந்தாள். அவர்தான் 'ஸ்ஸ்' என்று மனைவியைச் சுடச் சுட விழித்துக் கொண்டிருந்தார்.

பொம்மனாட்டிகளுக்குத்தான் இந்தக் கல் நெஞ்சு வரும் என்று அவனுக்குத் தோன்றிக் கொண்டேயிருந்தது.

ஆஸ்பத்திரியில் காஷ்வால்ட்டி வார்டுக்குள் நுழைந்ததுமே, "மூட்டப்பூச்சியா! வா வா" என்று ஒரு காக்கிச் சட்டைக்காரன் அவனை பாத்ரூமுக்கு இழுத்துக் கொண்டு போனான். "பேப்பர்லெ ரிசல்ட் போட்டாலும் போட்டாங்க, இத்தோட இன்னிக்கி மூணாவது மூட்டைப் பூச்சி" என்று சொல்லிக்கொண்டே அவன் வாந்தி மருந்து கொடுத்தான். பாத்ரூம் எல்லாம் ரகளை.

"கொடுத்துவச்ச தம்பிடா. கண்டம் பொளச்சே. சோறு தின்னுப்பட்டு மருந்தைக் குடிச்சிருக்கே. வெறும் வயித்துலெ குடிச்சிருந்தே, யம லோகத்திலெதான் உன்னைப் புடிச்சிருக்க முடியும் . . . என்னத்துக்கு பள்ளிக்கூடம் பரீட்சையெல்லாம் வச்சிருங்காங்க – பரீட்சையிலெ உன் நம்பர் வரலேன்னா, உங்க வாத்யாருல்ல இந்த மூட்டைப்பூச்சி மருந்தைக் குடிக்கணும். அவருக்குத்தானே கெட்ட பேரு. கிளிப்புள்ள கணக்கா முப்பது வருசமா சொன்னதையே சொல்லிட்டிருக்காரே – அவருல்ல சாப்பிட்டிருக்கணும். உங்கப்பனுக்கு சொன்னதைத்தான் உனக்குச் சொல்வாரு. உனக்குச் சொன்னதைத்தான் உன் மவனுக்கும், உன் பேரனுக்கும் சொல்லிக் கொடுப்பாரு.

அவரு இந்த மூட்டைப்பூச்சி மருந்தைக் குடிச்சிருந்தா, வேற யாராவது வந்து புதுசா எத்தையாவது சொல்லுவாங்க" என்று சிவசாமியைப் பிரியமாக அணைத்து அழைத்துப் போனான். சலவை செய்த பளீர் வெள்ளைத் துணியை ஒரு கட்டிலில் போட்டுப் படுக்க வைத்தான். வீட்டில் யாரும் கவனிப்பதற்கில்லை என்று அந்த ஒன்று விட்ட அத்தை சொன்னதால் இரண்டு நாள் ஆஸ்பத்திரியிலேயே அவனை வைத்துக்கொண்டார்கள். காக்கிச் சட்டை கருங்கல் மாதிரி பேசுவான். ஆனால் மனசு வெண்ணெய். இரண்டாம் நாள் இரவுதான் தொல்லை தாங்கவில்லை. பக்கத்துக் கட்டிலில் வந்த ஆள் இப்படித்தான் எதிர் அறைக் குறட்டை போல உறுமலும் ஊதலுமாக விட்டுக் கொண்டிருந்தான். ஏற்கனவே பயந்தும் உண்ட வீட்டுக்குச் செய்த அபசாரத்தின் குற்ற உணர்வோடும் உறங்கின சிவசாமிக்கு திடீர் திடீர் என்று விழிப்பு வரும். கெட்ட கனவு வரும். அவனுக்கு இந்தக் குறட்டையின் விநோத ஒலிகளைக் கேட்டுச் சிரிக்கத் தோன்றிற்று. காக்கிச் சட்டைக்கு சிவசாமி மேல் ஏதோ தனிப் பரிவு. இரவு பன்னிரண்டு மணிக்கு ஒரு நோயாளியிடம் போய் ஹார்லிக்ஸ் வாங்கிக் கரைத்துக் கொண்டு கொடுத்தான். குறட்டையைக் கேட்டுச் சிரித்த சிவசாமியைப் பார்த்தான்.

"கருக்கல் மட்டும் பொறுத்துக்க, அப்புறம் வீட்டுக்கு ஓடிப் போயிரலாம்" என்றான். பிறகு அவன் குடும்பம் பற்றி எல்லாம் விசாரித்தான். ஸப்–மாஜிஸ்ட்ரேட்டின் பிள்ளை என்று தெரிந்ததும் "அவரு மவனா நீ?" என்று மாய்ந்து போனான். குறட்டை விடுகிற நோயாளியை இரண்டு மூன்று தடவை தொட்டுப் புரட்டி சிறிது குறட்டையை நிற்கப் பண்ணினான். ஆனால் பயனில்லை. சற்று நின்றுவிட்டு அது மீண்டும் புது வேகத்துடன் கிளம்பும்.

திருவாரூரைவிட்டு பிறகு அவன் மாயவரம் வந்தான். மாயவரத்திலும் அவன் அதிர்ஷ்டம் மாய மானாக தூர தூர ஓடிக்கொண்டிருந்தது. மாயவரம் வந்து வருஷக்

கணக்கில் ஓடிவிட்டது. மாய மான் கையில் பிடிபடுவதாகத் தோன்றவில்லை. அதை அழுத்திச் சொல்வது போல அந்த துரதிர்ஷ்ட கால ஆஸ்பத்திரிக் குறட்டையே இப்போது எதிர் அறை சாஸ்திரியின் முகத்துவாரங்களில் வந்து புகுந்தது போலிருக்கிறது.

பட்டு இப்போது என்ன செய்துகொண்டிருப்பாள்? அவள் ஒரு நாள் இல்லாததற்கு இந்தக் கலக்கமா?

பாங்க் மணி மூன்று அடித்தது காதில் விழுந்தது. நாலாவது மணி விழுவதற்கு முன் தூங்கிவிட்டான் சிவசாமி.

காலையில் களைத்து எழுந்தவனுக்கு ஹோட்டலில் வேலை செய்கிறாப் போலவே இல்லை. அன்று இரவும் அப்படியே கழிந்தது – கலவரம் இல்லாவிட்டாலும், சூன்யமும் வறட்சியுமாக. நாலாம் நாள் காலை வருவதாகச் சொல்லியிருக்கிறான். அதுவரை தாங்க முடியாது போலிருந்தது.

மறுநாள் – மூன்றாவது நாள் காலை, பத்து மணிக்குக் காலைக் கூட்டம் சற்றுக் கலைந்து ஓய்ந்திருந்தபோது லீவு கேட்டான் முதலாளியிடம் – சாயங்காலத்திலிருந்து.

"நாலு மணிக்குத்தானே டிபன் நேரம்? அப்ப எப்படி போறது? அஞ்சு மணி ஆறு மணி வரைக்கும் கூட்டம் வந்துகிட்டேயிருக்கும். ஏழு மணிக்குப் போங்களேன்."

"போகலாம். ஆனா குத்தாலத்திலேர்ந்து தாழங்குடி வரைக்கும் நடக்கணும். நாலரை மைல் அஞ்சு மைல் இருக்கும். இருட்டிலே போயாகணும். அந்த ரூட்லெ பஸ் கிடையாது."

"காலையிலே போங்க."

"இல்லெ. சாயங்கலாம் போய்த்தான் ஆகணும்."

"சரி, சரி. ஆறு மணிக்குப் போங்க."

ஆறு மணிவரையில் அவனுக்கு இருப்பாக இருக்க வில்லை. முள் மேல் நிற்பது போலும் நடப்பது போலும் இருந்தது.

மணி ஐந்தடித்ததும் உக்ராண உள்ளில் போய் சட்டையை மாட்டிக்கொண்டான். கொண்டு வந்த பையிலிருந்த வேறு வேட்டியை எடுத்துக் கட்டிக்கொண்டு வெளியே வந்தான்.

"நான் வரேன் சார்."

"மணி அஞ்சுதானே ஆகுது."

"பரவாயில்லெ சார். இப்ப புறப்பட்டாத்தான் நல்லது ... ஒரு அஞ்சு ரூவா பணம் வேணும், சம்பளத் திலே புடிச்சிண்டு ..."

முதலாளி ஒரு ஐந்து விநாடி அவன் கண்களை நேராகப் பார்த்துக்கொண்டிருந்தார்.

"பஸ் சார்ஜுக்கு. அப்புறம் ஏதாவது வாங்கிண்டு போகணும். குழந்தைகள் இருக்கிற குடும்பம் – அஞ்சோ, பத்தோ உபயோகமாயிருக்கும்."

முதலாளி மறுபடியும் அதே மாதிரி பார்த்துவிட்டு தம்பியிடம் திரும்பினார்.

"அஞ்சு பத்தென்ன? முழுக்கவே கணக்குத் தீர்த்துட்றது" என்ற முடிவும் கேள்வியுமாக தம்பியைப் பார்த்தார். தம்பி ஐம்பது ரூபாயை எடுத்துக் கொடுத்தான் – சிவசாமியிடம்.

"அப்படீன்னா?" என்று நின்றான் சிவசாமி.

"கணக்குத் தீர்த்தாச்சு."

"நான் எத்தனை நாள் லீவு எடுத்துக்கறது?"

"லீவு எதுக்கு? நீங்க நின்னுக்கலாம்."

தி. ஜானகிராமன்

சிவசாமிக்கு ரத்தம் தலைக்கேறிற்று.

"ஆறுமணின்னு நீங்க சொன்னேள். நான் அஞ்சு மணிக்குக் கிளம்பறேன். அதுக்காகவா?"

"இப்ப வியாபாரம் பிஸியான டயம்" என்று பில் கொடுக்கக் காத்திருந்த மூவரிடம் கொடுக்குமாறு கையை அசைத்தார் முதலாளி. சிவசாமி சற்று நின்றான். அவர் அவனைப் பார்க்கிற வழியாக இல்லை. வெளியே வந்தான்.

நான் என்ன செய்துவிட்டேன் வேலையை விட்டு நீக்க என்று யோசித்துக்கொண்டே நடந்தான். அவன் பார்க்கும் வேலைகள் ஒவ்வொன்றும் தங்காதது இப்படித்தான். அவனுக்குத் தெரிந்தது. இந்தத் தடவை பட்டு காரணம். பட்டுவை எத்தனை முடியுமோ அத்தனை முன்னால் பார்த்துவிட வேண்டும் என்று ஆவல். பரவாயில்லை என்று நடந்தான். பஸ்ஸில் ஏறினான்.

குத்தாலத்தில் இறங்கி உலர்ந்த திராட்சை, இரண்டு சீப்பு வாழைப்பழம், குழந்தைகள் ஓவியம் தீட்டுகிற கலர்ப் பெட்டி இரண்டு – எல்லாவற்றையும் வாங்கிக் கொண்டு தாழங்குடி சாலையில் நடந்தான். பாதி வழியில் இருட்டிவிட்டது. நட்சத்திர ஒளி வழி காட்டிற்று. ஹோஹோவென்று நடக்க வேண்டியிருந்தது. வேலை போனது எப்போதாவது ஞாபகம் வரும். போடா போ என்று சொல்லிக்கொண்டே நடந்தான். காயத்ரீ சொல்லிக்கொண்டேயிருந்த மனது. அதற்கு அர்த்தமும் தெரியும் அவனுக்கு. நடுநடுவே தமிழில் அதை நினைத்துப் பார்ப்பான். "இந்தப் பிரபஞ்சத்தை ஈன்றெடுக்கிற திவ்வியப் பேரொளியே, நீதான் எங்கள் புத்தியைத் தூண்டி இயக்குகிறாய். உன்னைப் போற்றுகிறோம்" என்று அர்த்தத்தைப் பார்த்துக்கொண்டான். "மரம், வயல், வயலில் ஆடும் நாற்றுகள், கூஹூவென்று வயல்வெளி நிரம்பக் கூவுகிற கோட்டான், கண்ணுக்கெட்டிய வரையில் பரந்து கிடக்கிற வெளி, மடையில் சலசலவென்று

பாய்கிற தண்ணீர் எல்லாம் உன்னால் இயங்குகிறது" என்று எண்ணிக்கொண்டே நடந்தான். "வேலை போகிறதும் உன்னால்தான். கிடைக்கிறதும் உன்னால்தான். எனக்கென்ன பயம். மடியில் இருக்கிற நாப்பத்து சொச்சம் ரூபாயைக்கூட யாராவது மதகில உட்கார்ந்திருக்கிற பயல் மிரட்டிப் பிடுங்கிக்கொண்டால்கூட பயமில்லை" என்று தனி வழியைக் கண்டு பயந்துகொண்டே நடந்தான்.

தாழங்குடிப் பக்கம் சாலை திரும்பிற்று. ஊருக்குள் திரும்பாமல் பக்கத்தூருக்குப் பிரிகிற மண் பாதையில் திரும்பினான். பத்து வயல்களைத் தாண்டித் திரும்பியதும் கோவில். எதிரே குளம். குளத்திற்கு விசாலமான படிக்கட்டு. அதற்குமேல் ஒரு பெரிய மேடை. மேடைக்கு மூன்று பக்கமும் கட்டைச் சுவர். பல வருஷங்களுக்கு முன்னால் இங்கு யாரோ உறவுக்காரர்கள் வீட்டுக் கலியாணத்திற்காகப் பிள்ளை வீட்டாருடன் இங்கு வந்தது ஞாபகம் வருகிறது. இந்த மேடையில்தான் மாப்பிள்ளையை உட்கார்த்தி சட்டை, கோட்டு எல்லாம் போட்டு கோயிலுக்குள் அழைத்துப் போனார்கள். அங்கிருந்து மாப்பிள்ளை அழைப்பு தொடங்கிற்று. அந்தக் கலியாணத்தின்போது சிவசாமி இந்தக் குளத்தில்தான் குளிக்கிற வழக்கம்.

குளத்து மேடையின் கட்டைச் சுவர்மீது யாரோ உட்கார்ந்து பீடி பிடித்துக்கொண்டிருந்தான். பீடி இல்லை. சிகரெட் மாதிரி கம்மென்று ஒரு மணம். பிறர் சிகரெட் குடித்தால் அந்த மணம் நன்றாகத்தான் இருக்கிறது.

தெருவுக்குள் நுழைந்ததும், கோடி வீட்டு வாசல் பந்தலில் தொங்கும் அரிக்கேன் விளக்கு வழி காட்டிற்று.

"யாரது?" என்று அதிகாரமாக குரல். பட்டாமணியம், இரவில் தெருவில் நடந்துபோகிற நாலுகால் ஜந்துக்களைத் தவிர மனிதர்கள் யாராயிருந்தாலும், யாரது என்று சிறிது அதட்டலான குரலில் கேட்காமல் விடமாட்டார்.

"யாருன்னேன்?"

"அசலூரு. தையும்மாளாத்துக்குப் போறேன்."

"தையும்மா பிள்ளையைக் குளத்துமேடையிலே பார்க்கலியா?"

"இல்லியே!"

"சரி சரி போங்கோ."

பத்தடி நடந்ததும் நாய் குரைத்தது. குரைப்போடு ஒரு வெள்ளை நாய் ஓடி வந்தது அவனை நோக்கி. கன்னம், உடம்பெல்லாம் மணல் படர, சீ போ என்று கல்லை எடுப்பதுபோல் கீழே குனிந்து கையை ஓங்கினான். சரசரவென்று வந்த பக்கமே திரும்பி ஓடிற்று அது.

கோடி வீட்டை அடைந்ததும் மறுபடியும் "யாரு?" என்று குரல். தையும்மாளின் குரல்.

"நான்தான் பாட்டீ."

"நான்தான்னா?"

"குரல தெரியலியா? சிவசாமி."

"அட சிவசாமியா! வாடா வாடா – வா வா – நாளைக் காலமே வரதான்னா சொன்னா பட்டு – வா வா. இந்த இருட்டிலெ – நடந்தா வந்தே? . . . உட்காரு . . . இன்னும் சாப்பிடலியே?"

"இனிமேத்தான்."

"யாரு பாட்டி?" என்றான் தையும்மாளின் பக்கத்தில் உட்கார்ந்திருந்த பேரன்.

"நன்னாப் பாரு குழந்தே. என்னைத் தெரியலெ. முந்தாநாத்தானே பார்த்தே . . . டிபன் சாப்பிடலியா க்ளப்பிலே . . ."

"ஸ் . . . ஓ . . . பட்டு மாமா . . . பட்டுமாமா . . . எக்ஸ்ூஸ்மீ மாமா – இருட்டிலெ தெரியலெ" என்று அருகில் வந்தான் பையன்.

சிவசாமி திண்ணையில் உட்கார்ந்துகொண்டான். பையன் உள்ளே ஓடினான்.

"கிழக்காலியா வறே?"

"ஆமா."

"செல்லப்பாவைப் பார்க்கலெ. குளத்தாங்கரையிலே சுருட்டுக் குடிச்சிண்டிருப்பானே?"

"இல்லியே!" என்று மரியாதையாகச் சொன்னான் அவன்.

"வா வா" என்று இடைவழியில் குரல் கேட்டது.

அது மங்களத்தம்மாளின் குரல்.

"காலமே வரப்போறதாக நினைச்சுண்டிருந்தோம்" என்று இருளில் இன்னொரு குரல். பட்டுவின் குரல்.

அதைக் கேட்டதும் அவன் உடலில் ஒரு சிலிர்ப்பு ஓடிற்று. உள்ளுக்குள் வெவெதவென்ற இளம் சூடாக நீர் பரவுகிறாற்போல தேகம் சுட்டது.

"இலையைப் போடு பட்டு. அவன் இன்னும் சாப்பிடலெ" என்று தையும்மாள் குரல் கொடுத்தாள். "வா, எழுந்திரு."

சாப்பிட்டு அவன் கூடத்திற்கு வருவதற்கும் செல்லப்பா வருவதற்கும் சரியாக இருந்தது.

"நமஸ்காரம்."

"வாங்கோ. எப்ப வந்தேள்?"

"இப்பதான் வந்தேன். சாப்பிட்டேன்."

ஊஞ்சலில் அவர் உட்கார்ந்துகொண்டார். அவன் நின்றுகொண்டேயிருந்தான்.

"உட்காருங்கோ!"

"பரவாயில்லே."

தி. ஜானகிராமன்

"இப்படி உட்காருங்கோ" என்று இடம் கொடுத்தார் செல்லப்பா.

"பரவாயில்லெ" என்று கீழே உட்கார்ந்துகொண்டான் அவன்.

"பட்டாமணியம் சொன்னார் வரப்ப, யாரோ விருந்து வந்திருக்குன்னு . . ."

"அப்பா, மாமா முந்தாநாள், ஏ ஒன் ஹல்வா, ரவா தோசையெல்லாம் கொடுத்தார் – இலையிலே வச்சு, விளையாட்டா அல்வாத்துண்டை விரலாலெ தள்ளினேன். பொதக்குனு வழுக்கிண்டு ஓடிப்போய் கீழே விழுந்துடுத்து. மாமா வேற துண்டு கொண்டு வச்சார்" என்ற பையன் சிவசாமியையே பார்த்துக்கொண்டிருந்தான்.

"அடுத்த தடவை மாயவரம் போனா நானும் சாப்பிடறேன்" என்று பையனை அணைத்துக்கொண்டார் செல்லப்பா.

"வேற ஹோட்டலுக்குத்தான் போகணும், நான் இருக்க மாட்டேன்" என்று சிரித்தான் சிவசாமி.

"என்ன ?"

"லீவு கேட்டேன், இங்க வரதுக்குன்னு. கொடுக்க மாட்டேன்னு கணக்குத் தீர்த்துப்டான் முதலாளி."

"நல்லதாப் போச்சு, நீயும் பட்டுவும் இங்கியே இருங்கடா. நன்னாப் போனான் ஹோட்டல் வேலைக்கு. ஏண்டா, மெட்டிகேஷன் வரைக்கும் படிச்சுப்ட்டு ஹோட்டல் வேலை தான் ஆம்பிட்டுதா உனக்கு!" என்று தையும்மாள் அவனுக்கு வேலை போனதைக் கேட்டு அதிராமல் கொள்ளாமல் வரம் கொடுத்தாள்.

"இப்பதான் ஒண்ணரை மாசமா இந்த வேலை. வேற வழியில்லேன்னு இதுக்குப் போனேன். அதுவும் போயிட்டுது . . . வேலையிலெ எதுவாயிருந்தா என்ன?

எல்லா வேலையும் சரிதான். உசத்தி என்ன, தாழ்த்தி என்ன?"

"காலம் மாறிப் போயிட்டுதும்மா. ஹோட்டல்லெ எப்படி வேலை செய்யறதுன்னு இப்ப தனிப் பள்ளிக்கூடமே வச்சு சொல்லிக் கொடுக்க ஆரமிச்சுட்டா" – செல்லப்பா.

"ஆமா, இனிமே இவன் படிக்கப் போறான்! ஹோட்டல் வச்சு மானேஜ் பண்ணப் போறான்! போடா கெடக்கு."

"உங்களுக்கு என்ன வயசாறது?"

"முப்பத்திரண்டு."

"படிச்சுது பள்ளிக்கூடத்தோட சரி?"

"கடைசி வருஷம் பாஸாகலெ. அவ்வளவுதான். பாஸ் பண்ண முடியாம அப்படி ஆட்டி வச்சுது கெட்டகாலம் அப்ப . . ."

"நான் ஜம்முவுக்கு அழச்சிண்டு போனா வருவேளா?"

"ரண்டு பேரும் வரத் தயார். எங்க கூப்பிட்டாலும். பழகின ஊரை விட்டு வேற எங்கியாது போனால் போரும். பழகின ஊர்லெ, இவன் இவ்வளவுதான்னு முத்திரை போட்டு வச்சுடறா. அதுக்காகத்தான் நான் எத்தனையோ வேலை மாறிமாறி முயற்சி பண்ணினேன் – எதிலயாவது ஒண்ணிலே பிடிச்சுக்குமான்னு. நடக்க மாட்டேங்கறது. பாருங்களேன். ஒரு மணி முன்னாலெ போனாத்தான், இருட்டுக்கு முன்னாலெ போக முடியும்னு சொன்னதுக்காக சீட்டையே கிழிச்சுப்ட்டான் ஹோட்டல் முதலாளி. நானும் ஒரு வார்த்தைக்கு இடமில்லாம வேலை செஞ்சுண்டுதான் இருந்தேன். என் மேலேயும் தப்புதான். நான் நாளைக்குக் காலமே புறப்பட்டிருக்கலாம். என்னமோ உங்களையெல்லாம் பார்க்கணும்னு வேகம் வந்துடுத்து. பிடிவாதமா கிளம்பினேன். நெனச்சவுடனே எதையும் செஞ்சுடணும்னு ஒரு சுபாவம் எனக்கு. இனிமே அதைக் குறைச்சுக்கணும் போலிருக்கு."

"அதுவும் நல்லதுதான். என்னோட வர சம்மதமானாச் சொல்லுங்கோ."

"அதான் எங்க வாணா வரேன்னு சொல்றானேடா அவன். பேசாம ரண்டு பேரையும் அழச்சிண்டு போங்கோ. அங்கேயே ஒரு வேலையை வாங்கிக்கொடு –" என்று தையும்மாள் உந்தினாள். "ஊர்ப்பக்கம் நாலு வருஷம் தலையே காட்ட வாண்டாம் ரண்டுபேரும். முகம் தெரியாத இடத்துக்குப் போனா மரியாதைக்கு மரியாதை. கௌரவத்துக்குக் கௌரவம். நீ முட்டாய்க் கடையிலே வேலை செஞ்சேன்னு ஒருத்தரும் சொல்லப் போறதில்லெ. தெரியவும் தெரியாது யாருக்கும். குறைச்சப் படிப்பு, நாதியில்லாத போன குடும்பம் – எல்லாம் ஊரைவிட்டு ஓடணும்டா. கண் காணாத இடத்துக்குப் போயிடணும்" என்று தையும்மாள் கண்டித்தாள்.

செல்லப்பா தன்னை நினைத்துக்கொண்டார். அவரும் இருபத்தைந்து முப்பது வருஷம் முன்னால் ஓடிப்போனவர்தான். அவரும் இதைப் போலவே பள்ளிக்கூடத்துக் கடைசிப் பரீட்சையில் சரிந்து போனவர்தான். தையும்மாளின் அண்ணனுக்குப் பாரிசவாயு வந்து, தனக்கு வந்து உதவி செய்யும்படி அந்த நாளில் அழைத்தார். அவருக்குக் குடும்பம் கிடையாது. சன்யாசி மாதிரி வாழ்ந்தவர். ஜபம் தபம் என்ற இந்த ஊரில் ஒரு சின்ன மனைக்கட்டில் வாழ்ந்து வந்தவர். திடீர் என்று கைகால் இழுத்துக் கொண்டதும் தானாக வேட்டிகூடக் கட்டிக்கொள்ளாத நிலை. தையும்மாள் பையனை அழைத்துக்கொண்டு மொந்தனூர் அய்யர் வீட்டைவிட்டு, இங்கே வந்தாள். செல்லப்பா தினமும் நாலைந்து மைல் நடந்து குத்தாலம் பள்ளியில் படிக்கப் போனான். காலையும் மாலையும் சேர்ந்து கிட்டத்தட்ட எட்டு, ஒன்பது மைல் நடை. அந்தி மயங்க மயங்க வீட்டுக்கு வந்ததும், கால் இற்றுக் கிடக்கும். சுடுநீர் கொட்டின மத்தியானச் சோறும் தண்ணீர் மோரும் ஊறுகாயுமாக, காலம் மாறிற்று. பரீட்சை முடிவு வந்த போது அவன் நம்பரைக் காணவில்லை. அன்றிரவு

ஆளையும் காணவில்லை. "அம்மா, கவலைப்படாதே. தாறுமாறாக ஒன்றும் செய்து விடவில்லை. வேலை தேடி ஓடுகிறேன். உன்னை சமையற்காரியாகப் பார்க்கக்கூடாது என்றுதான் ஓடுகிறேன். கொஞ்சம் பொறுத்துக்கொள். கலவரப்பட வேண்டாம், உன்னை எப்போதும் மறக்க முடியாத செல்லப்பா" என்று சுருக்கமாக ஒரு சீட்டு பூஜை அலமாரியில் விபூதி சம்புடத்தின் கீழ் கிடந்தது.

ஒரு தடவை கண்ணீர் வடித்துவிட்டுக் காத்துக் கிடந்தாள் தையும்மாள். மூன்று மாதம் கழித்து பம்பாயிலிருந்து ஒரு கடிதம். அடுத்த மாதம் பூனாவிலிருந்து. வேலை கிடைத்துவிட்டது என்று – அடுத்த மாதம் பெஷாவரிலிருந்து. அதற்கும் இரண்டு மாதம் கழித்து மெஸொபடோமியாவிலிருந்து ஒரு கடிதம். அது அக்கரைச் சீமை என்று யாரோ சொன்னார்கள். கடைசியில் நான்கு ஆண்டுகள் கழித்து ஒரு கடிதம் – பூனாவிலிருந்து. ". . . நான் இப்போது கொஞ்சம் வசதியாகத்தான் இருக்கிறேன். தனியாக கண்ட கண்ட ஆகாரத்தைத் தின்றுகொண்டு உடல் கெட்டுக் கிடக்கிறது. நீயாக ஒரு பெண்ணைப் பார்த்துக் கலியாணம் செய்துவைக்கவும். மாமாவும் நீயும் பார்த்தாலே போதும். எனக்கு மேற்கண்ட விலாசத்திற்கு எழுதவும்" என்று சுருக்கமாக ஒரு கடிதம். அப்போது தையும்மாளின் அண்ணனுக்கு உடல்நிலை மிக மோசமாயிருந்தது. அவருடைய உயிரில்லாத உடலைப் பார்க்கத்தான் செல்லப்பா பூனாவிலிருந்து வந்து இறங்கினான். மூன்று மாதம் கழித்து மீண்டும் வந்தான். தாயார் பார்த்து வைத்த பெண்ணின் கையைப் பற்றினான். பெண்ணை முதல் நாளிரவு பார்த்ததும் தாயார் மீது கோபம் வந்தது – கோபம் என்று வராமல் வருத்தமாக இருந்தது. பெண் குள்ளம். காலை மொத்தமாகப் பண்ணி யாரோ நாலு தடவை கீறிவிட்டாற் போல் குட்டை விரல்கள். குட்டையாகக் கைவிரல்கள். செல்லப்பாவுக்கு ஏமாற்றம் தாங்கவில்லை. தாயார், உறவினர்கள் பார்த்து முடிவு செய்து கலியாணத்திற்கு இருதரப்பார்களும் கூடிவிட்டார்கள்.

தி. ஜானகிராமன்

சம்பிரமமாக சமையல் நடக்கிறது. மேளம் கொட்டுகிறது. இனிமேல் வேண்டாம் என்று எப்படிச் சொல்ல? மேளச் சத்தத்தில் ஏமாற்றத்தை அமுங்கவிட்டான். "அம்மா, ஏம்மா இப்படி செய்தாய்? நான் உயரமாக இல்லையா? பார்க்கும்படியாக இல்லையா? நடையும் உடையுமாக இல்லையா? உன்னை எதற்காக நம்பி எழுதினேன்? எனக்காக இவ்வளவு செய்திருக்கிறவள் இதையும் பொருத்தமாகச் செய்வாய் என்றுதானே எழுதினேன்... இப்போது எப்படி நான் முரண்டு பிடிப்பது? ஊர் சிரித்தால் உன்னைப் பார்த்தல்லவா சிரிக்கும்?" என்று அவன் உள்ளே கேட்ட குரலை தவுல்சத்தம் அமுக்கிக் கொண்டிருந்தது. அந்தக் குரலை அமுக்குவதற்காகவே வந்தவன் போல் தவுல்காரன் அகல மார்பும், கண்டு கண்டாகத் தசை திரண்ட புஜமும், கருங்கல் தோளும், அகல மணிக்கட்டும், வேர்வையுமாக வந்து தவுலை அடிப்பது போலிருந்தது... ஆனால் இதுவரை அம்மாவிடம் செல்லப்பா வாயைத் திறந்து கேட்டதில்லை. மங்களத்தம்மாளும் அதற்கு ஈடுகட்டி விட்டாள். உடல்தான் நெருங்கலாக இருந்ததே தவிர, மற்றபடி முகத்தில் ஒரு களை –அறிவு. தைரியமும் சமர்த்தும் நிர்வாகத் திறமையுமாக அவருக்கு ஏற்ப நின்றாள். பெஷாவர், குவெட்டா என்று முரட்டுப் பட்டாணிகள் வாழ்ந்த ஊரில் எல்லாம் ஒன்றிக்கட்டையாகக் குடித்தனம் நடத்தியிருக்கிறாள். மாற்றலாகி மூன்று மாசத்திற்குள் அந்தந்த பாஷையை சரளமாக, தேவைக்கு ஏற்பப் பேசத் தொடங்கிவிடுவாள். அவளுக்கு அது ஒரு தனித்திறமை. தான் அழகில்லை, வடிவில்லை என்று அவள் தன்னைக் குறைவாக உணர்ந்துகொண்டதில்லை. வெள்ளைக்காரப் பொம்மனாட்டிகள் வந்து கூடும் பார்ட்டிகளுக்குக் கணவனோடு தைரியமாகப் போவாள். பேசுவாள். துபாஷியை வைத்துக்கொண்டு புத்திசாலித் தனமாகப் பேசுவாள். கும்பகோணம், தர்மாவரம், ஆரணி என்று ஜரிகை போட்ட புடவைகளை மாறி மாறி மடிசாராக அணிந்துகொண்டு, ஜரிகை முந்தானையைப் பார்த்து

அடி

அந்த வெள்ளைக்காரிகள் வியந்து கேள்விகள் கேட்கும்படி நிற்பாள். பதில் சொல்லுவாள். நாலைந்து வெள்ளைக்காரிகளுக்கு அந்த மாதிரிப் புடவைகளைத் தருவித்தும் கொடுத்திருக்கிறாள். அவர்களை வீட்டுக்கு அழைத்து, முறுக்கு சீடை பொரிவிளங்காய் என்று பரிமாறுவாள். மூட்டை மாதிரி அவள் பார்ட்டிக்கு வருவதைப் பார்த்து, "பதினெட்டு முழத்தையும் இடுப்பு அகல சுத்திண்டு எதுக்கு வரே? பனிரெண்டு முழம் போறாதா? உடம்போடு ஒட்டிண்டு ஒல்லியா, உயரமாக் காமிக்கும்" என்று செல்லப்பா ஒரு தடவை தேவலாலியில் சொன்னார் அவளைப் பார்த்து.

"நான் இருக்கிறபடி இருக்கேன். அவா இருக்கிறபடி தானே இருக்கா, கவுன் போட்டுக்கறா. அவா ஊர்லெ தினமும் யாரும் குளிக்கிறதில்லையாம். இங்கியும் அப்படியே தான் இருக்கா. நெறைய பவுடர், செண்ட் எல்லாம் போட்டுண்டு வந்துடறா. அதுக்குப் பதிலாக தப்பித்தவறி கிட்டப்போய் எங்கியாவது இசைக்கேடா நின்னா மூத்ர நெடி அடிக்கிறது! இந்த தர்மங்களையெல்லாம் அவா மாத்திக்கலையே இங்க வந்ததுக்காக. நான் ஏன் மடிசாரை மாத்திக்கணும்? நீங்களும் அம்மா சொன்னதை மீறாம, பார்ட்டியிலே போய் குடிக்காம கிடிக்காம ஆரஞ்சு, டொமடோ ஜூஸின்னுதானே சாப்பிடறேள்? நான் மட்டும் என் ஆசாரத்தை ஏன் மாத்திக்கணும்?" என்று அவருக்கு சமாதானம் சொல்லிவிட்டாள் மங்களத்தம்மாள்.

பள்ளிக்கூடப் பரீட்சை தவறி ஓடிவந்த ஓடுகாலியாக அவரை யாருக்கும் தெரியாது. பரீட்சை தவறியதற்காக அவருடைய திறமையையும் யாரும் பார்க்க மறுக்கவில்லை.

இந்த சிவசாமி மட்டும் என்ன குறைந்துவிடப் போகிறான்? அவன் ஓடவும் இல்லை. அம்மா ஓடச் சொல்கிறாள். அவனுக்கு இன்னொரு அதிர்ஷ்டம், பார்க்கும்படியாக ஒரு மனைவி. அம்மா இந்த மாதிரி ஒரு நாற்பது ஐம்பது பேரை இரண்டாம் உலகப்போர்

காலத்தில் அவரிடம் அனுப்பியிருக்கிறாள். கால், கை, கண் என்று முழுசாக இருந்தால் போதும். ஏதாவது ஒரு வேலையில் பூட்டிவிடுவார். கண்ணே இல்லை என்று சொல்லும்படியாக, சோடா பாட்டில் மூக்குக் கண்ணாடி போட்டுக்கொண்டு கண்ணுக்குள் புத்தகம் திணித்து விடுகிறாற்போல வைத்துப் படிக்கிற இரண்டு ஆசாமி களுக்கு வேலை போட்டுக் கொடுத்திருக்கிறார். ஒரு டமாரச் செவிடும் இந்தப் பட்டியலில் உண்டு. அம்மா சொல்லுகிறாள் என்றால் அவர் யாருக்கும் எதுவும் செய்யத் தயார்.

அப்படியே நடந்தது. ஒரு மாதம் கழித்து அவர் விடுப்பு முடிந்து திரும்புவதற்குள், ஒரு பெரிய பெட்டியும், ஒரு சின்ன பாத்திர மூட்டையும், ஒரு படுக்கையுமே உடைமைகளாகப் பட்டுவும் சிவசாமியும் ஜாகையைக் காலி செய்துவிட்டு வந்து சேர்ந்தார்கள். செல்லப்பாவின் குடும்பத்தோடு குடும்பமாகக் கலந்துகொண்டு ரயிலில் ஏறினார்கள்.

“பெண்ணுக்குக் கலியாணம் இப்போது அவசரம் இல்லை. படிக்க வைக்கப் போகிறேன்” என்று பெண்ணையும் அழைத்துக்கொண்டார். அந்தப் பெண் படிக்கட்டும் என்று இரண்டு நாள் கிழவியைக் குழையடித்தது பட்டுதான். அதற்காக அந்தப் பெண் அவளோடு பிரியா இணைபோல் ஒட்டிக்கொண்டது. அவள் கையைக் கையை முத்தமிட்டது.

3

கிழவிக்கு வழக்கம் போல் வாரத்துக்கு ஒரு கடிதம் வந்துகொண்டிருந்தது. செல்லப்பாவோ அவர் மனைவியோ குழந்தை களோ மாறி மாறி எழுதும். யார் எழுதினாலும் வாரத்துக்கு ஒரு முறை அவளுக்கு ஒரு கடிதம் போய்ச் சேரவேண்டும்.

ஒரு கடிதம்.

மாதாஸ்ரீ அம்மாவுக்கு அநேக நமஸ்காரம் . . . இங்கு யாவரும் சௌக்யம் . . . ஊரிலிருந்து வந்து மூன்று மாதமானாலும் சிவசாமிக்கு வேலைக்கு இன்னும் முயற்சி பண்ணவில்லை. அவன் ஹிந்தி கற்றுக்கொள்கிறான். பட்டுவும் ஹிந்தி கற்றுக்கொள்கிறாள். வேலைக்கு இப்போது ஒன்றும் அவசரம் இல்லை. இரண்டு மூன்று மாதம் போகட்டும். ஊர் ஜனங்கள், பழக்க வழக்கங்கள் முதலியவைகளை நன்றாகத்

தெரிந்துகொள்ளட்டும் என்று உங்கள் பிள்ளை சொல்லுகிறார். அவர்கள் இருவர் இருப்பதும் எங்களுக்கும் சௌகர்யமாக இருக்கிறது. பட்டு ஒரு அதிசயமான பெண். எனக்கு வீட்டு வேலை, சமையல் எல்லாம் மறந்துவிடும் போலிருக்கிறது. கடை கண்ணிக்குப் போவதைத்தான் நான் பார்த்துக் கொள்கிறேன். வீட்டுக்குள் அவள்தான் எல்லா வேலையும். நீங்கள் இப்போது பட்டுவைப் பார்த்தால் ஆச்சரியப்படுவீர்கள். மூணுமாசம் முன்னால் மாயவரத்திலும் ஊரிலும் பார்த்த பட்டு இல்லை. சோகை வெளுப்பு இல்லை. நரம்பு தெரியவில்லை. உடம்பில் ரங்கு ஏறி பார்க்க பளிச்சென்று இருக்கிறாள். வீட்டுக்கு லட்சுமியைப்போல் அவள் வந்திருப்பதாகத்தான் தோன்றுகிறது. சில சமயம் சிவசாமிக்கு வேலை கிடைத்து, அவள் தனியாகப் போய்விடப் போகிறாளே என்றுகூடக் கொஞ்சம் எனக்குக் கவலைதான். குழந்தைகளும் அவளோடு ஒட்டிக்கொண்டிருக்கின்றன. மரப்பாச்சி மாதிரி நிற்கிறாளே என்று கழுத்துக்கு ஒரு புது மெட்டல் சங்கிலியும் வளைகளும் காலுக்கு உருட்டும் வாங்கிக் கொடுத்திருக்கிறது. அவள் உடம்பில் அசல் தங்கமாக அத்தனையும் மின்னுகிறது. அவள் பதவிசையும் சமர்த்தையும் பார்க்கும் போதெல்லாம் உங்களைத்தான் நினைத்துக்கொள்கிறோம். நீங்கள் சொல்லாவிட்டால் அவர்கள் ஏன் இங்கு வரப் போகிறார்கள்! இவர்தான் அவர்களை எப்படி அழைத்து வந்திருப்பார் . . .

இப்படிக்கு,
மங்களம்

இரண்டு மாதம் சென்றதும் செல்லப்பாவிடமிருந்து ஒரு கடிதம் சிறியதாக:

தி. ஜானகிராமன்

"...... நிற்க, பட்டுவும் சிவசாமியும் சௌக்யம். அவர்களைப் பற்றி நீ இனிமேல் கவலைப்பட வேண்டாம். சிவசாமிக்கு முப்பது வயதாகிவிட்டதால் சர்க்கார் வேலை கிடைப்பது சிரமம். சர்க்காருக்கு காண்ட்ராக்டர்களாக இருக்கிற ஒரு கம்பெனியில் உன் ஆசீர்வாதங்களால் அவனுக்கு ஒரு வேலை கிடைத்திருக்கிறது. கம்பெனி சொந்தக்காரன் எங்களுக்கு வேண்டியவன். அதனால் மாலாசு பண்ணாமல் நானூறு ரூபாய்க்கு மேல் சம்பளம் போட்டுக் கொடுத்திருக்கிறான். அநேகமாக அவனை டில்லிக்குக்கூட மாற்றிக்கொள்வான். அந்தக் கம்பெனிக்கு டில்லியில்தான் முக்கிய ஆபீஸ். இரண்டு வாரமாக வேலைக்குப் போகிறான் சிவசாமி. ரொம்ப நன்றாக வேலை செய்கிறான் என்று நேற்று ஆபீஸிலிருந்து மேலே இருப்பவர்கள் மூலம் தெரிய வந்தது. நீ அனுப்பிய பேர்களில் ஒன்றிரண்டு பேர்களைத் தவிர மீதி நாற்பது நாற்பத்திரண்டு குடும்பங்களும் மிக மிக நல்ல நிலைமைக்கு வந்துவிட்டார்கள். ஏழெட்டு பேர் வீடுகூட வாங்கிக்கொண்டிருக்கிறார்கள். ஊரில் நிலம் வாங்கியிருக்கிறார்கள். கடனை அடைத்துவிட இரண்டு பேர் நிலங்களை மீட்டிருக்கிறார்கள். இந்த சிவசாமியும் நல்லபடியாக இருப்பான் என்று தோன்றுகிறது. நீ கபடமில்லாமல் நிர்மால்யமாக எவ்வளவோ பேருக்கு உதவி செய்திருக்கிறாய். உடம்பால் உழைத்து செய்து போட்டிருக்கிறாய். உன் ஆசிகள் எப்போதும் எல்லாரையும் நல்ல நிலைமைக்குக் கொண்டு சேர்க்கும். சிவசாமியும் பட்டுவும் இப்போது தனியாகக் குடி போயிருக்கிறார்கள். உன் மாட்டுப் பொண்ணுக்கு அதனால் உடம்பு 'இளைச்சுப் போயிட்டுது' ...

இப்படிக்கு,
செல்லப்பா

பின்னர் சிவசாமியிடமிருந்து வந்த கடிதத்தைப் பார்த்து கிழவிக்கு நெஞ்சு விம்மிப் போயிற்று.

“பாட்டியின் சரணங்களில் கோடி சாஷ்டாங்க நமஸ்காரம் செய்து சிவசாமி எழுதிக்கொண்டது. என் கடிதங்கள் உங்களுக்கு ஒழுங்காக வந்து சேர்வதாக நினைக்கிறேன். மேலே விலாச மாறுதலைக் கவனித்துக்கொள்ளுமாறு வேண்டுகிறேன். எனக்கு இப்போது டில்லிக்கு மாற்றலாகி விட்டது. டில்லியில் ரொம்ப செலவு என்று சம்பளம் அறுநூறு ரூபாய் போட்டிருக்கிறார்கள். இந்த ஆறேழு மாதமாக, அதாவது மாமாவைப் பார்த்ததிலிருந்து நடந்துவரும் சேதிகளைப் பார்த்தால், எனக்கு இதெல்லாம் சொப்பனமா நிஜமா என்று பிரமிக்கிறது. எனக்கா நானூறு ரூபாய் சம்பளம், அறுநூறு ரூபாய் சம்பளம் என்று என்னையே கிள்ளிக் கிள்ளிப் பார்த்துக் கொள்ளுகிறேன். பாடசாலை சத்திரத்தில் வேலை செய்த மூன்று வருஷம் போக மீதி எல்லா சமயங்களிலும் நித்ய கண்டம் பூர்ணாயுசு என்று சொல்லும்படியாக என்னை மூதேவி மடியில் வைத்துத் தாலாட்டிக்கொண்டிருந்தாள். அவள் புலம்பலை என்றைக்குக் கேட்காமல் இருக்கப் போகிறோம், உயிர் போகிற வரையில் அதைத்தான் கேட்டுக்கொண்டே இருக்கப் போகிறோமோ என்றெல்லாம் அலமலந்திருந்தேன். இப்போது எனக்கு அடிக்கிற அதிர்ஷ்டம் குபேரனுக்குக்கூட அடிக்காது போலிருக்கிறது. வயிற்றில் பிறந்த பிள்ளை மாதிரி என்னைக் கூப்பிட்டு இப்படி நீங்கள்தான் ஏற்றியிருக்கிறீர்கள். உடம்பைச் செருப்பாகத் தைத்துப் போடவேண்டும் என்று சொல்லுவார்கள் – அந்த மாதிரிதான் உங்கள் காலுக்கு நான் ஆக வேண்டும். அப்படியே மாமாவுக்கும் மாமிக்கும். நினைக்க நினைக்க எனக்கு நம்ப முடியவில்லை. ராத்திரி தரையில் கிடந்தவன் காலையில் பாயில் முழித்துக்கொள்கிறாற்போல உங்கள் பிள்ளையும் மாட்டுப்பொண்ணும் என்னையும் பட்டுவையும்

தலை எழுத்துத் திருத்தி நடக்கவிட்டிருக்கிறார்கள். இந்த நன்றியை நானும் பட்டுவும் ஒரு நாளும் மறக்க மாட்டோம் . . . எனக்கு இன்னும் ஜாகை கிடைக்க வில்லை. கம்பெனி ஆபீஸ்லேயே ஒரு அறையில் தங்கியிருக்கிறேன். ஷை விலாசம் கம்பெனி விலாசம். நாளைக்கு உங்கள் பிள்ளை இங்கு ஆபீஸ் வேலையாக வருவதாக எழுதியிருக்கிறார். போனவாரம் ஆபீஸ் முதலாளியோடு இந்த ஊருக்கு வந்தேன். வந்ததே பிடித்து வேலை அதிகம். இன்று சனிக்கிழமை. மத்தியானம் கொஞ்சம் நேரம் கிடைத்திருக்கிறது.

இப்படிக்கு,
சிவசாமி."

அடுத்த வாரம் கம்பெனியில் வேலை செய்பவர்களின் உதவியால் சிவசாமிக்கு வீடு கிடைத்துவிட்டது. இரண்டாம் மாடியில் ஒரு பர்ஸாத்தி. ஆனால் அதை இரண்டு அறை போல் உருவப்படுத்தியிருந்தான் வீட்டுக்காரன்.

மறுவாரம் செல்லப்பாவே பட்டுவை அழைத்து வந்தார்.

சிவசாமி டில்லிவாசி ஆகிவிட்டான்.

அன்றிரவு சாப்பிட்டுவிட்டு விடை பெற்றுக்கொண்டார் செல்லப்பா. மாதம் ஒரு முறை அவருக்கு டில்லி வருகிற வேலை. கடிதம் வரும். சிவசாமி புதுடில்லி ஸ்டேஷனுக்குப் போய் அவரை வரவேற்பான். கூடவே பட்டுவும் போவாள். அவரை அவர் தங்கப் போகிற சர்க்கார் விடுதியிலோ, ஹோட்டலிலோ கொண்டு விட்டுவிட்டு இருவரும் வீடு திரும்புவார்கள். அவர் ஊர் திரும்புவதற்கு முன், அல்லது ரயிலுக்குக் கிளம்பு முன் அவர்கள் வீட்டில் சாப்பிட்டு விட்டுப் போவார். பட்டுவும் சிவசாமியும் அவரை ரயிலில் ஏற்றி புறப்படுகிறவரையில் இருந்துவிட்டு வருவார்கள்.

நன்றியை எப்படித் தெரிவிப்பது என்று தெரியாமல் இப்படி வரவேற்றும், கொண்டுவிட்டும் இருவரும் தவித்துக்கொண்டிருந்தார்கள்.

சில சமயங்களில் சிவசாமிக்கு அவரை வரவேற்க ஒழிவு இராது. பட்டுவே ஸ்டேஷனுக்கும் போய் செல்லப்பாவை வரவேற்பாள். அவள் போக அவசியம் இல்லை. இருந்தாலும் அது ஒரு பழக்கமாகிவிட்டது. முதலில் அவரை ஸ்டேஷனில் மட்டும் சந்தித்துவிட்டு, சர்க்கார் விடுதிக்கோ, ஹோட்டல் அறைக்கோ கொண்டு விட்டுவிட்டு வீடு திரும்புவாள். அவரை வரவேற்கப் போகும் போதே ஏதாவது ஆகாரத்தையும் எடுத்துப் போவாள்.

செல்லப்பாவுக்கு இந்த உபசாரம் உடம்பை முதலில் கூச வைத்தது. நாளாக ஆக அது பழகிவிட்டது. சர்க்கார் விடுதிக்கு அவள் வருகிறேன் என்றபோது அவருக்கு சகஜமாகத் தோன்றிற்று. சில சமயம் அங்கு இடம் கிடைக்காமல் – ஹோட்டலுக்குப் போனபோது அவளும் கொண்டுவிட வந்தாள். முதல் தடவை அவள் அந்த மாதிரி ஒரு ஹோட்டலுக்கு உடன் வந்தபோதும் அவருக்கு சாதாரணமாகத்தான் இருந்தது. ஐந்தாவது தடவையோ, என்னவோ, அவருக்குப் பயமாக இருந்தது. அறைக்குக் கூட அவளை வரவிடாமல் அவளை வரவேற்பு மேஜைக்கு அருகேயே விடை கொடுத்தனுப்பிவிட்டு அறைக்குப் போய்விட்டார்.

அவருக்கு இப்போது அம்பாலாவுக்கு மாற்றல். இரண்டு மாத லீவில் குடும்பத்தோடு ஊருக்குப் போய் வந்தார். அவர்கள் திரும்பி வரும்போது அந்தக் குடும்பம் சிவசாமி வீட்டிலேயே இரண்டு, மூன்று நாள் தங்கிவிட்டுப்

தி. ஜானகிராமன்

போயிற்று. ரயிலில் போகும்போது மங்களத்தம்மாள் சொன்னாள்:

"பட்டு எப்படியிருக்கா பார்த்தேளா இப்ப? நாளொரு மேனியும் பொழுதொரு வண்ணமாக குழந்தைகள்தான் வளரும். ஒரு நாளைக்குப் பார்த்தாப்பல குழந்தை இருக்காது. நாளுக்கு நாள் பளபளப்பும் வளர்த்தியும் கூடிண்டு வரும். பெரியவாளுக்கு இப்படி இருக்குமோ! அப்படின்னா கன்னங் கழுத்தெல்லாம் மின்றது பட்டுவுக்கு."

"அவ என்ன கிழங்கட்டையா? வயசு முப்பது ஆறதோ முப்பத்திரண்டு இருக்குமோ என்னவோ. சந்தோஷமா இருக்கா இரண்டு பேரும் . . . என்னவோ வயசு அறுவது எழுவது ஆய்ட்டாப்பல பேசறியே."

"இல்லெ, உடம்பு வாகைச் சொல்றேன். சிலபேருக்கு எத்தனை போஷாக்கு சாப்பிட்டாலும் கருமேனி ஒரு வண்ணமாத்தான் இருக்கு. சிவசாமி அப்படியேதானே இருக்கான்! பேச்சு பார்வையிலேதான் தைர்யம், தீர்மானம் எல்லாம் வந்திருக்கு. உடம்பு அப்படியேதானே இருக்கு. பட்டுவுக்கு அத்தோட உடம்பேன்னா மெருகு கூடிண்டு வரது."

"நீ சொல்றாப்பல உடம்பு வாகுதான். ஹ்ருதயமும் சுத்தமா இருக்கோல்லியோ. கல்மஷம் இல்லாத ஹ்ருதயம். இப்பேர்ப்பட்டவர்கள் மேனியும் நாளுக்கு நாள் மெருகேறிண்டுதான் வரும்."

"ஆமா. எங்களைப் போலவாள்ளாம் கல்மஷம் உள்ளவா . . ." என்றாள் மங்களத்தம்மாள். அவர் திரும்பி அவளைப் பார்த்தார். இந்தக் கோணல், குறுக்குப் பேச்சு அவளிடமிருந்து எதிர்பாராத சமயங்களில் வருவதுண்டு. அதற்குப் பதில் சொல்லத் தொடங்கினால் அந்த அம்மாள் விடமாட்டாள். இடக்குப் பேச்சு அடுக்கடுக்காகக்

அடி

கிளைக்கும். அந்தப் பயத்தில் செல்லப்பாவின் உதடுகள் கெட்டியாக மூடிக்கொண்டன.

"மேனாமினுக்கியா இருக்கறவள்ளாம் கல்மஷமில்லாத வர்ன்னு ஆறது" என்று தொடர்ந்தாள் மனைவி.

"மேனாமினுக்கிகளைப் பத்தியா பேசறோம் இப்ப? அவாளுக்கு என்னென்னமோ கட்டிண்டு, பூசிண்டுதானே மினுக்கவேண்டியிருக்கு. அப்படியில்லாத மனுஷாளைப் பத்தின்னா பேசறோம் இப்ப."

"சரி சரி" என்று எதிரே ஓடும் மரங்களைப் பார்த்தவாறு பேச்சை நிறுத்தினாள் மனைவி.

செல்லப்பாவுக்கு ஒன்றும் புரியவில்லை.

அவருடைய மனைவிக்கு என்ன வந்துவிட்டது?

கோணல் பேச்சு, பூடகமாக பொடி வைத்துப் பேசுகிறது – அவளுக்கு இந்த மனநிலைகள் திடீர் திடீர் என்று வரும். சந்தோஷமாக எல்லாம் செய்துகொண்டிருப்பாள். நடுநடுவே திடீர் என்று சாம்பிராணி குண்டத்திலிருந்து ஒரு பொடி தீப்பொறி பறந்து காலில்பட்டு அணைகிறாற்போல சுரீர் என்று ஒரு சொல். பொறி கவிந்திருக்கும். எரிப்பு நீடிக்கும்.

இவளுக்கு என்ன வந்துவிட்டது?

பட்டுவின்மீது பொறாமையா? நன்றிபட்டவர்கள் இவள் மார்பளவுக்கு மேல் உயரக்கூடாதா? உதவி செய்கிற எல்லாருக்கும் வரும் வயிற்றுக் கடுப்பா இது?

இவள் சொல்வதுபோல் சிவசாமி அப்படியே தானிருக்கிறான். பட்டுவைப் பார்த்தால் வைத்த கண் எடுக்க முடியாத ஒரு கவர்ச்சி. கழுத்து, பிடரி, கையில் எல்லாம் ஒரு பளபளப்பு. சிரிக்கிற கண்களில் ஒரு உற்சாகம். அவருக்கு அவளை இரண்டு வருஷங்களுக்கு முன்னால்

குத்தாலம் பஸ் ஸ்டாண்டில் பார்த்த தோற்றம் வந்தது. ரத்தம் சுண்டிய சோகை வெளுப்பு, தூசிபடிந்த வெறும் கால், கழுத்தில் வெறும் சரடு. கையில் ரப்பர் வளை, கிழியாத குறையாக நைந்துபோன புடவை–.

இப்போது அவள் கழுத்தில் ஒரு நிஜ தங்கச்சரடு, கையில் இரண்டு பவுன் வளை, மேனியில் மெருகு –

செல்லப்பாவுக்கு இந்தப் பழக்கம் எப்போதிருந்து ஏற்பட்டதோ தெரியவில்லை. யாரைப் பார்த்தாலும் காலையும் கைகளையும் முதுகையும் வெறித்துப் பார்க்கிற பார்வை. மாயவரத்தில் மொந்தனூர் அய்யர் மனைவி முழங்காலுக்குக் கீழ் பாதி தெரிந்ததும் தெரியாததுமாக ஊஞ்சலாடிக் கொண்டே காலைத் தரையில் தேய்க்கிறதை மிரண்டு மிரண்டு பார்த்த பழக்கமோ என்னவோ! ஊஞ்சலுக்கு முன்னால் தொங்கும் கயிற்றை சற்றைக் கொருமுறை பற்றிப் பற்றி இழுத்துவிட்டு, விட்டுவிடுவாள். கைநிறைய பவுன் வளையும், சிவப்புக்கல் வளைகளும் வழவழவென்று கரவும் சரிவுமாக உயர்ந்து உயர்ந்து தாழும். அதைப் பார்த்த பழக்கமா? . . . அதுவும் இல்லை, செல்லப்பாவின் கண்ணே அப்படி. பார்க்கிற மனிதர்கள் யாரையும் தலைமயிரிலிருந்து கால்விரல்வரை அளந்து வகைப்படுத்துகிற கண். ரயிலில் போகும்போது, தெருவில் நடக்கும்போது, வீட்டில் யாராவது சக அதிகாரிகள், கீழ் அதிகாரிகள், வேலைக்கார ஆண்கள், பெண்கள் – யாரையும் இப்படித் துருவித் துருவிக் கால்விரல், கைவிரல் களை வகைப்படுத்துவது அவர் கண்ணில் ஊறிவிட்டது.

ஒரு தடவை ஜய்ப்பூர் ஸ்டேஷனில் ஒரு போர்ட்டரை அமர்த்திக் கொண்ட நினைவு அவருக்கு அடிக்கடி வரும். ஆள் ஆறரை அடி உயரம். கடைசல் பிடித்த கால் கைகள். தலையில் ஒரு அகலமான தட்டைச் சிவப்பு முண்டாசு. இடையில் கச்சம். மார்பில் ராஜஸ்தானிகள் போட்டுக் கொள்கிற புத்தானில்லாத, துணியையே நாடாக்களாக

ஆக்கி பல இடங்களில் முடிச்சுப் போட்டிருக்கிற அங்கி – சிவப்பு வர்ணத்தில். ஆளைப் பார்த்தால் அரண்மனைப் படத்தில் எழுதியிருக்கிற ஆள் நடந்துபோவது போலிருந்தது – அவனும் காலை எட்டி எட்டிப்போட்டு பெட்டி படுக்கையைத் தூக்கிக்கொண்டு நிமிர்ந்த பெருநடை நடந்தான். காலில் முன்பக்கம் கூர்ந்து உயர்ந்து வளையும் அரைபூட்ஸ் . . . செல்லப்பாவுக்கு அவனோடு நடக்க வெட்கமாயிருந்தது. அவன் போர்ட்டரா, தான் போர்ட்டரா என்று உள்ளுக்குள் நகைத்துக்கொண்டார்.

அம்பாலாவுக்கு வந்த பிறகு அவர் டில்லிக்கு வருவது மாதம் ஒரு முறையிலிருந்து இரண்டு மாதத்துக்கு ஒருமுறையாக ஆயிற்று. இரண்டு தடவை இப்படி ஆயிற்று. மூன்றாவது தடவை வழக்கம் போல சிவசாமியும் பட்டுவும் அவரை ரெயிலடியில் வரவேற்று ஜன்பத் ஹோட்டலில் கொண்டு விட்டார்கள்.

மறுநாளைக்கு மறுநாள் அவர் அம்பாலாவுக்குத் திரும்பச் செல்ல வேண்டும்.

“மாமா, இந்தத் தடவை மன்னிச்சுக்கணும். நான் நாளைக்கு அகமதாபாத், பம்பாய் போறேன். ஒரு பிஸினெஸ் ஆரம்பிச்சிருக்கேன். நாளைக்கு வரதாகத் தந்தி குடுத்துட்டேன்.”

செல்லப்பாவுக்குப் பிரமிப்பு.

“பிஸினெஸா?”

“ஆமாம் மாமா. உங்க ஆசீர்வாதம். துணிக்கடை வைக்கப்போறேன். முதலாளி முதற்கொண்டு உதவி பண்றேன்னிருக்கார். என்னாலெ அவருக்கு போன வருஷம் ரண்டுமூணு பெரிய காண்டிரக்ட் கிடைச்சுது. அந்தப் பிரியத்திலெ ஒத்தாசை பண்றேன்னிருக்கார் . . .

எல்லாம் நீங்களும் பாட்டியும் மாமியும் ஏத்தி வச்ச விளக்கு.”

பட்டுவின் பக்கம் திரும்பியபோது உற்சாகமாகச் சிரிக்கிற கண்கள் மலர்ந்து, அவரோடு சேர்ந்து அவனைப் பாராட்டுவது போலிருந்தது.

“ஃபண்ட்டாஸ்ட்டிக்!” என்றார் அவர்.

“எனக்குக்கூட அப்படித்தான் தோண்றது. ஊர் மண்ணைத் தட்டி விட்டு உங்களோடு வந்த நாள்ளேர்ந்து, எல்லாமே மாறிண்டிருக்கு. பாட்டி சொன்னாப்பல பழகின இடத்தை விடணும், பழகின மண்ணு ஒட்டிண்டிருக்கப் படாது.”

மூன்றாவது நாள் மாலையில் சிவசாமி வீட்டுக்குச் சாப்பிடப் போனார் அவர் – ரயில் ஏறுவதற்குமுன்.

சாப்பிட்டு முடிந்ததும், சிறிதுநேரம் உட்கார்ந்து கொண்டார்.

“இப்பல்லாம் நீங்க வரது குறைஞ்சுபோயிடுத்து. மறுபடியும் எப்ப வருவேள்?” என்று பட்டு ஒரு ஓரமாக உட்கார்ந்துகொண்டாள்.

செல்லப்பா குனிந்து கொண்டிருந்தார். உதட்டில் வந்த புன்சிரிப்பை இழுத்துப் பிடித்துப் பழைய நிலைக்குக் கொண்டுவந்தார். பத்து விநாடி பதினைந்து விநாடி நகர்ந்தது. வாய்க்குள் சொல் நடுங்கிக்கொண்டிருந்தது, குழறுவது போலிருந்தது.

“என் மனசிலெ இருக்கிறதைப் புரிஞ்சுக்கணும்னு நீ எப்பவாவது நெனச்சதுண்டா?” என்று தடுமாறினார். குனிந்த தலை நிமிரவில்லை. பூட்ஸ் நாடாவை முடிச்சுப் போட முடியாமல் கைவிரல்கள் நடுங்கிக்கொண்டிருந்தன.

“நீங்க வந்துட்டு ஊருக்குப்போற அன்னிக்கெல்லாம் எனக்கு என்னமோ வெறிச்சுனு ஆயிடறது. ஏதோ பறந்து

போயிட்டாப்பல ஆயிடறது" என்று பட்டு அவரை நிமிர்ந்து பார்த்துக்கொண்டிருந்தாள். அவள் குனியவில்லை. குழற வில்லை. நடுங்கவில்லை.

"ஏன்?"

"எனக்கே தெரியலெ."

செல்லப்பாவுக்கு உடம்பு கொதிப்பது போலிருந்தது. நாக்கும் நெஞ்சும் வரள்வது போலிருந்தது.

கையை மூடி கட்டைவிரலை உதட்டருகில் உயர்த்தினார்.

"இதோ கொண்டு வரேன்" என்று ஒரு டம்ளரில் தண்ணீர் கொண்டு வைத்தாள்.

அதை எடுத்து வழக்கம்போல் தூக்கிக் குடித்தார். கிழவன் கைபோல் கை நடுங்கிற்று. தண்ணீர் சட்டை மேல் எல்லாம் வழிந்தது.

டீப்பாய் மேல் டம்ளரை வைத்துவிட்டு சோபாவில் சாய்ந்துகொண்டார்.

'என்ன இது?' என்று தனக்குள் கேட்டுக்கொண்டார். 'நான் சொல்லவேண்டியதை இவள் அல்லவா சொல்லுகிறாள்!' என்று அவர் மார்புக்குள் ஒரு பரபரப்பு.

நிதானப்படுத்திக் கொண்டு எழுந்தார்.

"நான் வரேன்."

"சரி" என்று வழக்கம்போல அவளும் எழுந்து வாசல் கதவைப் பூட்டி அவரோடு படியிறங்கினாள். தெருக்கொடி வரை நடந்து சிறிது காத்திருந்ததும் டாக்சி ஒன்றை அமர்த்திக்கொண்டார்.

ஹோட்டல் அறைக்குள் போனதும் அவள் உடுப்பு களையும் பேப்பர்களையும் பைல்களையும் பெட்டியில்

வைத்து அடுக்க ஆரம்பித்தாள். இதுவரை அவள் அதையெல்லாம் செய்ததில்லை. ஏதோ கூட்டத்தில் அவர் பெட்டியில் சாமான்களை வைத்து அடுக்குவதைப் பார்த்துக்கொண்டு சும்மா உட்கார்ந்திருப்பாள். இப்போது முதல் தடவையாக அவளே அதையெல்லாம் செய்யத் தொடங்கியபோது . . .

"நோ நோ ப்ளீஸ் – வாண்டாம்" என்று அவள் வீணாகச் சிரமப்படுவது போல குறுக்கிட்டார் அவர்.

"ஏன் ?" என்று அவர் பக்கம் பெட்டியண்டை உட்கார்ந்தவாறே திரும்பினாள். "நான் நன்னா 'பாக்' பண்ணுவேனே" என்று புன்னகையோடு அவரைப் பயமுறுத்துவது போலப் பாசாங்குப் பார்வை ஒன்றை வீசி விட்டு, மறுபடியும் திரும்பி அடுக்கி வைக்கத் தொடங்கினாள்.

"நம்ம ஊர் ஹோட்டல்லெ இப்படியெல்லாம் உதவி செய்தா, எப்படியோ பார்ப்பா."

"அங்கெல்லாம் நானும் வந்து இப்படி உதவி பண்ண மாட்டேனே."

பெட்டியைப் பூட்டித் தயாரான பிறகு இருவரும் சிறிதுநேரம் உட்கார்ந்துகொண்டார்கள். பேசவில்லை. அவர் கடிகாரத்தை சற்றைக்கொரு தடவை பார்த்துக் கொண்டிருந்தார். இருப்புக்கொள்ளவில்லை.

"புறப்படலாம்" என்று எழுந்து புத்தானை அமுக்கி அறைக் கதவைத் திறந்து வைத்தார். பத்து விநாடிக்குள் ஹோட்டல் போர்ட்டர் வந்தான்.

வெளியே வந்து சாவியைக் கொடுத்தார். முன்வாசலில் நின்ற டாக்சியில் ஏறிக்கொண்டார்கள்.

"நான் தப்பா ஏதாவது சொல்லிட்டேனோன்னு இருக்கு" என்று முணுமுணுத்தாள் பட்டு.

“நான் சொல்லியிருப்பேன். சொல்லணும்னு ஒரு வருஷமா போராடிண்டிருக்கேன். அப்படி நினைக்கிறபோதெல்லாம் நடுங்கி நடுங்கிண்டு வரும் . . . அப்பறம் . . . அப்பறம் . . .”

பட்டு திரும்பி அவரைப் பார்த்தாள் – காரின் பாதி இருளில்.

“ஆமா, எனக்கு வயசு நாப்பத்தொன்பது முடிஞ்சு ஐம்பது பிறந்திருக்கும்.”

“தெரியும். நான் அதுக்காக இரக்கப்படலெ.”

“–”

“மாமியோட உங்களைப் பார்க்கறபோது பொருத்தத்தை நினைச்சும் இரக்கப்படலெ. நான் ஊர்லெ மாயவரத்திலெ, ஜம்முவிலெ இன்னும் இங்கே தெரிஞ்சவாகிட்டல்லாம் உங்களைப்பத்தி விசாரிச்சிருக்கேன். எல்லாரும் உங்க குணத்தைப் பத்தி சாதாரணமாச் சொல்லலெ. கிட்டத்தட்ட அம்பது குடும்பம் உங்க பேரைச் சொல்லி இப்ப பிழைச்சிண்டிருக்கு, நாங்க அம்பத்தொண்ணு. இத்தனை பேருக்கு செஞ்சும் நீங்க செஞ்சதாகவே காமிச்சதில்லெ. மாமி சொல்லித்தான் தெரியும். தப்பித் தவறிக்கூட உங்க வாயிலெ அதெல்லாம் பத்திப் பெருமையா ஒரு வார்த்தை வந்ததில்லெ. சொல்லப்போனா இதுகூட பெரிசில்லே–”

“எஸ். பிறத்தியாருக்கு நாம உதவி செய்யறோம்னு நெனச்சுக்கிறதே சரியான எண்ணம் இல்லெ. அது இயற்கை. கொஞ்சம் மேட்டிலெ தண்ணி விட்டா கொஞ்சம் தாழ இருக்கிற இடத்தைப் பார்க்க ஓடும்.”

வண்டி கன்னாட் ப்ளேஸுக்குள் புகுந்தது.

“எங்கம்மா நல்ல குடித்தனம் நடத்தற வயசிலே, அப்பா காலமாகி, சமையல் பண்றதுக்கு பெரிய மனுஷன் வீடு வீடாப் போய் உழச்சா. சம்பளத்துக்கா உழச்சா

அவ? சம்பளம் கொடுத்தா அந்த மாதிரி பண்ணிப் போட்டுடுவாளா யாராவது? காசைக் கொடுத்து உழைக்கச் சொல்லலாம். ஆனா பிரியமா உழை, உன் பிள்ளை உன் குடும்பம்னு நினைச்சிண்டு உழைன்னு சொல்ல முடியாது.–" செல்லப்பா சொல்வதை உன்னிப்பாகக் கேட்டுக்கொண்டிருந்தாள் பட்டு.

பிறகு டாக்சி ஸ்டேஷனை அடையும் வரை அவரும் பேசவில்லை. பெட்டியை கூலி எடுத்துக்கொண்டான். பட்டியலைப் பார்த்து வண்டி நம்பர், சீட் நம்பர் எல்லாம் பார்த்துக்கொண்டு முதல் வகுப்பில் ஏறினார் செல்லப்பா.

நாலு பேருக்கான அறையில் இரண்டு பேர்தான் எழுதியிருந்தது. இரண்டாவது யாரோ சர்தார்ஜி பெயர். அவரும் வரவில்லை. பெட்டியில் விளக்குகளும் எரிய வில்லை. என்ஜின் கோக்கவில்லை.

ப்ளாட்பாரத்து வெளிச்சம் லேசாக விழுந்திருந்தது. முக்கால் இருளில் செல்லப்பா உட்கார்ந்துகொண்டார். எதிர் இருக்கையில் உட்கார்ந்தாள் பட்டு.

அவளைப் பார்த்து அவருக்கு ஒரு வருஷமாகவே ஒரு தினுசான வியப்பு – மலைப்புக்கூட. பிறர் தன்னைப் பற்றி என்ன நினைத்துக்கொள்வார்கள் என்றெல்லாம் அவள் யோசிக்கிறதாகத் தெரியவில்லை. தனக்கு சரி என்று பட்டதைச் செய்கிற ஒரு துணிச்சல், உறுதி. இல்லாவிட்டால் சிவசாமிக்கு வேலை கடுமையால் வர முடியாத போது இவள் மட்டும் அவரை வந்து ரயிலடியில் வரவேற்பது, கொண்டு விடுவது, இதெல்லாம் எப்படி நடக்கும்? அதுவும் பல தடவை. அவனும் அவள் சுபாவத்தை உறுதியைப் புரிந்துகொண்டிருக்க வேண்டும். அவள்பால் ஒரு மரியாதைகூட அவனுக்கு இருக்கவேண்டும்... ஆம், மனைவியிடம் ஒரு மரியாதை, உடல் இச்சையிலும் ஒரு மரியாதை.

அடி

“உனக்கு நாழியாகலெ? வண்டி புறப்பட இன்னும் அரைமணி இருக்கு. காத்துண்டிருக்கணும். அப்புறம் பஸ் கிடைக்கணும்–” என்றார் செல்லப்பா.

“வண்டி புறப்பட்ட அப்புறம் ஏழெட்டு பஸ் இருக்கு. நான் அப்புறமே போறேன் . . .” என்றாள் பட்டு. சற்றுக் கழித்து, “எனக்கு வண்டி புறப்பட்ட அப்புறம்தான் போகணும் போலிருக்கு . . . உங்களுக்கு ஒண்ணும் இடைஞ்சல் இல்லியே?” என்று கேள்வியோடு நிறுத்தினாள்.

“இடைஞ்சலா! என்ன இது?”

“இல்லெ. நான் இப்பவே போயிடணும்னு தோணித்துன்னா . . .”

“ப்ளீஸ் ப்ளீஸ் எனக்கு மாத்திரம் வெறிச்சுன்னு ஆகலேன்னு நினைச்சுண்டிருக்கியா? ஒவ்வொரு தடவை யும் நீ கொண்டுவிட்டு, ரயில் நகர்ந்தப்புறம், என்னமோ இழந்துட்டாப்பலதான் ஆயிடறது. எனக்கு இதைச் சொல்ல இத்தனை நேரம்!”

“எனக்கு வீட்டுக்குப் போகமுடியறதில்லெ. காலெல் லாம் விட்டுப் போனாப்ல ஆயிட்றது. ரண்டு மூணுநாள் கூட இருந்துட்டு, அப்புறம் எதையோ பறிகொடுத்தாப்பல நான் திரும்பி தனியா வீட்டுக்குப் போறபோது . . .” அவள் பேச்சு முடியாமல் தொங்கிற்று.

பட்டு நாலு வார்த்தைக்கு ஒருதடவை, ‘மாமா’, ‘மாமா’ என்று கூப்பிடுகிற வழக்கம். இன்று மாலையிலிருந்து அந்த வார்த்தையைக் கேட்கவில்லை அவர்.

“நான் எதுக்காக உட்கார்ந்திருக்கேன் தெரியுமா?” என்றாள் அவள். “உங்ககிட்டேர்ந்து ஏதோ பரிவு, ஒரு இளக்கம் ஓடி வறாப்பல இருக்கு. நீங்க அதிகமாப் பேசறதும் இல்லெ. நீங்க பேசவாண்டாம். ஆனா என்னமோ இதம்மா மிருதுவா ஏதோ தளும்பித் தளும்பி பரவறாப்பல இருக்கு.

மேலெல்லாம் வந்து பரவறாப்பல . . . அதனால்தான் நீங்க வர்றபோதெல்லாம் முடிஞ்ச மட்டும் கூடவே இருக்கணும் போலிருக்கு . . . சிலசமயம் அவர் நினைவு வரும். இப்படி நினைக்கிறதெல்லாம் அவருக்கு ஏதோ தப்பு பண்றாப்பல இருக்கோன்னு பயமாயிருந்ததுண்டு. இப்பகூட இருக்கு – நான் இப்படியெல்லாம் உங்ககிட்ட பேசறது அவருக்கு தெரிஞ்சுதுன்னா என்ன நடக்கும்னு கொஞ்சம் நடுக்கமாகத்தான் இருக்கு. ஆனா இருக்கிறதைச் சொல்லாமலும் இருக்க முடியலெ . . . நீங்க நடுவிலெ மூணுமாசம் வரலியா ... ஏதாவது சொல்லிண்டு ஊருக்கு வரலாமான்னு நெனச்சேன். பாட்டியைப் பார்க்கறாப் போல ஒரு விஜயமா . . .” அவள் பேச்சு நின்றது.

வண்டி ஒரு தடவை அதிர்ந்தது. என்ஜினைப் பூட்டி விட்டார்கள் போலிருக்கிறது.

சற்றுக் கழித்து பளிச்சென்று விளக்கு எரிந்தது. பட்டு தலைப்பால் கண்ணைத் துடைத்துக்கொள்வது தெரிந்தது. வெளிச்சத்தைப் பார்த்ததும் சுவடு தெரியாமல் கண்ணையும் முகத்தையும் அழுத்தித் துடைத்துக்கொண்டாள் அவள். எப்போதாவதுதான் இருவரும் பேசினார்கள். மௌனம் தான் கனத்து நின்றது.

இந்த ஐம்பதாவது வயதில் – செல்லப்பாவுக்கு இவையெல்லாம் இதுவரை கேட்காத சொற்கள் – இதுவரை எட்டாத உணர்வு – இதுவரை மனதில் படாத மெல்லிய நுட்பங்கள். அதைச் சொல்லவேண்டும் போலிருந்தது. மெதுவாகச் சொல்லியும் விட்டார். “நான் ஒரு பொம்மனாட்டி கிட்ட . . . இதெல்லாம் கேட்கிறது . . . இப்பத்தான் . . . நீ இதெல்லாம் சொல்றபோது சிவசாமியை நான் பங்கப்படுத்தறாப்பல தோணலெ. நீயும் அப்படி செய்யறாப்பல தோணலெ . . . அதனாலெ இதுக்கு தெய்வ சம்மதம்கூட இருக்கும்னுகூட தோண்றது.” பட்டுவுக்கு இதைக் கேட்டு சிலிர்த்து, உடல் நெருங்கி விறைத்தது.

"ஸ்வாமி உங்களுக்கு ஆதியிலே தப்புப் பண்ணியிருப்பர். இப்ப அதைத் திருத்திக்கலாம்னு நினைச்சுண்டாரோ என்னவோ—"

இருவருக்கும் சிவசாமியின் நினைவு வந்துகொண்டிருந்தது.

"அப்புறம் எப்ப வரதாக இருக்கும்?"

அவர் பதில் சொல்வதற்குள் போர்ட்டர் ஒருவன் பெரிய கருப்புப் பெட்டி, படுக்கைச் சுருள், பைகள் – எல்லாவற்றையும் சுமந்துகொண்டு அறைக்குள் நுழைந்தான். பின்னால் வந்த சர்தார்ஜி ஒவ்வொன்றாக வாங்கிக் கீழே இறக்கினார். பட்டு அந்த இருக்கையைவிட்டு செல்லப்பாவின் இருக்கையில் வந்து அமர்ந்துகொண்டாள்.

கடிகாரத்தைப் பார்த்தார் செல்லப்பா. இன்னும் ஐந்து நிமிஷம் இருந்தது வண்டி புறப்பட. சர்தார்ஜி – காப்டன் என்று கருப்புப் பெட்டிமேல் எழுதியிருந்தது – கூலியைக் கொடுத்துவிட்டு "புக் ஸ்டாலுக்குப் போய் வருகிறேன். கொஞ்சம் பார்த்துக்கொள்ளுங்கள்" என்று கீழே இறங்கிப் போனார்.

"நானும் இறங்கி நிக்கிறேன்" என்று எழுந்து நின்றாள் பட்டு.

செல்லப்பா எழுந்தார். அவள் உள்ளங்கையையும் விரல்களையும் பற்றினார். ஒரு நிமிஷமாயிற்று இரண்டு கைகளும் பிரிய.

"பார்த்தா வழவழான்னு மிருதுவா இருக்கு என் விரலெல்லாம் நொறுங்கிப் போயிட்டாப்பல இருக்கு" என்று குனிந்துகொண்டே சொன்னார். அப்போதுதான் பட்டுவின் முகத்தில் புன்னகை திரும்பி வந்தது. புதிய புன்னகை – நாணப் புன்னகை.

"எனக்கு வேற ஒண்ணும் வாண்டாம். உங்களைப் பார்த்துண்டிருந்தாப் போரும்" என்றாள் அவள்.

"அப்படித்தான் இங்கியும்."

"நான் சொன்னப்பறம்தானே சொல்றேள்" என்று குனிந்துகொண்டே சொல்லி நகர்ந்தாள் அவள். கீழே இறங்கினாள். வண்டி கிளம்புகிற வரையில் கீழேயிருந்து அவரைப் பார்த்துக்கொண்டே நின்றாள். சட்டென்று ஏதோ ஞாபகம் வந்து தள்ளுவண்டிக்காரனிடம் சென்று, கைப்பையிலிருந்து ரூபாயை எடுத்து ஒரு ப்ளாஸ்டிக் பாட்டிலை வாங்கி, சற்று தள்ளியிருந்த குடிநீர்க் குழாயில் தண்ணீர் பிடித்துக்கொண்டு வந்து செல்லப்பாவிடம் நீட்டினாள்.

"வண்டி வேகம் ஜாஸ்தி. அனல் காத்தா வீசும்; தொண்டைக்கு வேண்டியிருக்கும்" என்று அவரிடம் கொடுத்தாள். "உங்கம்மா, மாமி மாதிரியே நீங்களும் ஆசாரம். தூக்கிக் குடிச்சா மேலெல்லாம் விழும். அப்படிக் குடிக்க வாண்டாம். ஊர்லே போய் அலம்பிக்கலாம்" என்று கண்ணை அகட்டி பொய்க் கண்டிப்போடு சிரித்தாள்.

வண்டி நகர்ந்தது. கையை ஆட்டிக்கொண்டே நின்றாள் பட்டு. அந்த உருவம் மறைந்ததும், சர்தார்ஜியை உடனே பார்க்க விரும்பாமல் செல்லப்பா கதவண்டையே நின்றார். கரகரவென்று வந்த தொண்டையை கழிவறையைத் திறந்து கனைத்துக்கொண்டார். அவருக்கு நெஞ்சு அடங்க நாலைந்து நிமிஷமாயிற்று. உடல் மட்டும் நிலைகொள்ளவில்லை. மனசும் அவரை விட்டு டில்லி ஸ்டேஷன் ப்ளாட்ஃபாரத்திற்குத் திரும்பிப் போய் அலைந்துகொண்டிருந்தது.

"ஈச்வரி – என்ன இது! என்ன இது!" என்று ஒரு பக்கம் புத்தி அரற்றியது.

'ஈச்வரி ஈச்வரி' என்று அவர் குடும்பம் முழுவதும் அரற்றப் பயின்றிருந்தது. அவருடைய குழந்தைகளுக்குக்கூட அது பழக்கமாகி விட்டது. அவருடைய மாமாவும் மனைவியும்

அதற்கு அவரைப் பழக்கப்படுத்தியிருந்தார்கள். பாரிசவாயு வந்து கிடந்த அண்ணனுக்கு உதவி செய்வதற்காக, சமையல் வேலையை விட்டு மாயவரத்திலிருந்து பிள்ளையை அழைத்துக்கொண்டு அண்ணனிடம் வந்து சேர்ந்தாள் அவருடைய தாய். பிரம்மச்சாரியாக, ஒன்றிக்கட்டையாக வாழ்ந்து வந்த அண்ணாவுக்கு 'ஈச்வரீ தாயே' என்று ஓயாமல் முணுமுணுத்துக் கொண்டிருக்கிற முகம்.

பள்ளிக்கூடப் படிப்பு முடிவதற்கு முதல் வருடம். அவர் செல்லப்பாவை இழுத்து வைத்து ஏதோ காதில் சொன்னார். "செல்லப்பா, இத பாரு, உங்கம்மாதான் உனக்குக் கதி. உன்மேலே உசிறா இருக்கா அவ. அவளுக்கு வேற நாதி கிடையாது. உனக்கு மட்டும் இல்லெ. எனக்கு, இந்த ஊருக்கு, உலகத்துக்கு, பிரபஞ்சத்துக்கு, அதிலே சுத்திண்டிருக்கிற கிரகங்களுக்கு, நட்சத்திரங்களுக்கு, அப்பறம் இந்த பூமியிலியே சுத்தற ஐந்துக்களுக்கு, மலைக்கு, மரத்துக்கு, காத்துக்கு – எல்லாத்துக்கும் அம்மாவை விட்டா நாதி கிடையாது. அம்மாதான் நடராஜாவைக்கூட தாண்டவம் பண்ணச் சொல்றா. உங்கம்மா, நான், நீ – எல்லாம் அந்த அம்மாக்குள்ள அடக்கம். அவ எப்பவும் நம்மைக் கைவிடமாட்டா, அவளை நெனச்சிண்டிருந்தா. நாம நல்லது பண்றது, தப்பு பண்றது எல்லாம் அவள் மனசு வச்சாத்தான் நடக்கும். நான் இப்ப சொன்னேன் பாரு காதோட. அதை எப்பவும் மனசிலெ சொல்லிண்டேயிரு. உனக்கு எப்பவும் ஜயம்தான்."

செல்லப்பா தன் அம்மா உழல்கிற இடுப்பொடிகிற உழைப்பிலிருந்து, தினமும் ஒன்பது மைல் நடந்து பள்ளிக்குப் போய் வருகிற படிப்பின் அநிச்சயத்திலிருந்து மீள யாரோ கைக்கோல் கொடுத்தாற் போலிருந்தது. இத்தனை சொல்லுகிற மாமா ஏன் இப்படி வேட்டி கட்டிக்கொள்ளக்கூட உதவி வேண்டி அவதிப்படுகிறார் என்று சில சமயம் சந்தேகம் வரும். கடைசியில் அதெல்லாம் உறுதிக்குச் சோதனை என்று அம்மா

சொன்னதைக் கேட்டுப் பற்றிக்கொண்டான். அவனுக்குப் பள்ளிப்படிப்பின் கடைசிப் பரீட்சை தவறியதைக்கூட சோதனை என்று நினைத்துக்கொண்டு, வீட்டை விட்டு ஓடினான். மாமா காதோடு சொன்னதை மனதுக்குள் ஜபித்துக்கொண்டே ஓடினான்.

அவனுடைய கலியாணத்தின்போது பெண் வீட்டுக் காரர்கள் ஒரு பெரியவரை அழைத்து வந்திருந்தார்கள். பெரியவர் என்றால் வயதில் அல்ல. முப்பது வயது. அவரும் மாமாவைப் போலவே 'ஈச்வரி ஈச்வரி' என்று அரற்றிக் கொண்டேயிருந்தார். அவரையும் அவர் மனைவியையும் பெண் வீட்டுக்காரர்கள் நெடுஞ்சாண்கிடையாக விழுந்து விழுந்து கும்பிட்டுக் கொண்டிருந்தார்கள். அந்த முப்பது வயது பெரியவரும் அவர் மனைவியும் சேர்ந்து பக்கத் தில் –பக்கத்தில்தான் எப்போதும் உட்கார்ந்திருப்பார்கள். அவர் முகமெல்லாம் ஐம்பது அறுபதுநாள் மயிர். எலும்பு, ரத்தநாளங்கள் எதுவும் தெரியாத பூசினாற்போன்ற உடம்பு. இடுப்பில் ஒரு அரக்குப்பட்டு வேட்டி. நெற்றியில் பெரிய மஞ்சள் குங்குமம். கண்ணில் தீ. அவர் கண்ணைப் பார்க்கவே பயமாக இருந்தது. யாரையும் கண்கொட்டாமல் வெறித்துப் பார்க்கிற பார்வை. மனதுக்குள் இருக்கிறதை யெல்லாம் கிளறிச் சுருட்டிப் பார்க்கிறது போன்ற பார்வை. சிறிது நேரம் அந்த முகத்தைப் பார்த்தால் அவருக்கு மார்பு, கைகால் போன்ற அங்கங்கள் இல்லாதது போலவும், கண் ஒன்றுதான் அவருடைய உடம்பு, உருவம் எல்லாம் என்பது போலவும் ஒரு பிரமையை ஏற்படுத்துகிற பார்வை. இரண்டு மூன்று கணங்களுக்கு மேல் அந்த கண்களைப் பார்க்க முடியாது. பேச்சுகூட அதேபோல. வயதான கிழங்கட்டைகளைக்கூட ஒருமையில்தான் பேசுவார். டா, டீ போட்டுத்தான் பேசுவார். பேச்சில் ஒரு தீர்மானம், அதட்டல்கூட.

கலியாணமான மறுநாள் மாலை – பெண் வீட்டில் அவர் பூஜை செய்கிறார் என்று பார்க்க அழைத்தார்கள்.

ஒரு இயந்திரத்தை வைத்துப் பூஜை செய்துகொண்டிருந்தார் அவர். சுற்றிலும் கூட்டம். அவர் மனைவி அவருக்கு எதிரே அவரைப் பார்த்துக்கொண்டு அமர்ந்திருந்தாள். கூடை கூடையாகப் பூக்கள். பூஜை முடிந்ததும் இயந்திரத்திற்கு ஆரத்தி காட்டிவிட்டு, அந்த மனைவிக்கும் ஆரத்தி எடுத்தார். இயந்திரத்தில் விழுந்திருந்த பூக்களையும் குங்குமத்தையும் ஒரு தட்டில் எடுத்து அவள் கையில் கொடுத்தார். "அம்பிகே, குடுடீ எல்லாருக்கும் – உன் குழந்தைகளுக்கெல்லாம் கொடு. எல்லாரும் வியாதி வெக்கையில்லாம, ஞானமும் சம்பத்துமா இருக்கனும்னு கடாட்சம் பண்ணிக்கொடுடீ . . . வாங்கிக்கடா எல்லாரும் – பொண்டுகளே வாங்கிக்கிங்கடீ" என்று சுற்றி ஒரு முறை பார்த்துவிட்டு அவள் முன் குனிந்து நெற்றி தரையைத் தட்ட வணங்கினார். அந்த மனைவி எல்லோருக்கும் பூவும் குங்குமமும் வழங்கி, எல்லோரும், விழுந்து விழுந்து 'வணங்கியதை' ஏற்றுக்கொண்டாள். எல்லோரும் நின்றார்கள். ஒரு நிசப்தம். பெரியவர் எல்லோரையும் ஒவ்வொருவராக ஏற இறங்கப் பார்த்தார்.

"இங்க வா" என்று செல்லப்பாவையும் மணப் பெண்ணையும் அருகே அழைத்தார்.

"உனக்கு இதில் எல்லாம் நம்பிக்கை உண்டா?" என்றார்.

"உண்டு" என்று செல்லப்பா அவரைப் பார்த்தான். அவர் சிரித்தார். அவர் முகம் மலர்ந்தது இப்போதுதான் போலிருந்தது.

"கேள்விப்பட்டேன். உங்க மாமாவைப் பத்தியும் கேள்விப்பட்டிருக்கேன். நீ நன்னாருப்பே, போ. உனக்கு ஒரு குறைவும் வராது."

செல்லப்பாவுக்குப் புல்லரித்தது.

"என்னடீ சிரிக்கறே கழுதே" என்றார் மணப் பெண்ணைப் பார்த்து.

"..."

"சொல்லுடீ."

"..."

"சொல்லுடீங்கறேன் ... பேசாம நிக்கறியே! நமஸ்காரம் பண்ணுடீ!" என்று ஒரு அதட்டல் போட்டார். மங்களம் விழுந்து வணங்கும்போது "ஏண்டி சிரிச்சேங்கறேன். பதில் சொல்லாம நின்னே?" என்று அவள் பின்னலைப் பிடித்துக்கொண்டு முதுகில் பளார் பளார் பளார் என்று ஒரு ஆறு அடி அடித்தது, அவர் கை. அடி சாதாரண அடி இல்லை. முதுகு பிளந்துவிடுகிற அடி. மங்களம் எழுந்துகொண்டபோது சிரித்துக்கொண்டே எழுந்தாள். ஆசீர்வாதம் பண்ணினவுடனே சந்தோஷம் தாங்கலெ. சிரிச்சேன்" என்றாள்.

"அவன் அடிக்க மாட்டான். மகா சாது. ஞானி. அவன் கிட்ட ஒழுங்கா இருக்கணும்னுதான் போட்டேன் நாலு" என்று சிரித்தார்.

"என்ன இது!" என்று குழம்பினான் செல்லப்பா.

"மாப்ளெ யோசிக்கிறான் – இது என்னடா பைத்தியம்னு" என்று மறுபடியும் சிரித்தார் அவர்.

"மாப்ளெக்கு ஏதாவது உபதேசம் பண்ணினா நல்லதுன்னு தோண்றது" என்றார் மங்களத்தின் தகப்பன்.

"ஓகோ. நல்லதுன்னு உனக்குப் படறதோ? எனக்குப் பட வாண்டாமோ? அவனுக்கு இப்ப ஒண்ணும் அவசியம் இல்லெ. அதுக்கு சமயம் வரும். அவன் மாமா சொல்லி யிருக்கறது போரும். வேலையை ஒழுங்காப் பார்க்கட்டும். இதுக்கெல்லாம் நேரம் இருக்காது. அதுக்கு நேரம் வரும். தானா வருவான் . . . என்னடீ மங்களம், புரியறதா? நீ அழச்சிண்டுவா அவனை ரிடயராறத்துக்கு முன்னாலெ. அப்ப பார்த்துண்டாப் போரும். இதப்பாரு, நீங்கெல்லாம் என்னை வந்து பார்க்கணும்னு இல்லெ. இப்ப பார்த்தது

போரும். வேலையைப் பார்த்துண்டு இருங்கோ ஒழுங்கா" என்று மறுபடியும் சுற்றிலும் பார்த்தார் பெரியவர்.

மங்களத்திற்கு மட்டும் இல்லை. இன்னும் ஏழெட்டு பேருக்கு அந்த மாதிரி முதுகு விரிகிற அடியாக விழுந்தது.

"சரி போங்கோ எல்லாரும் . . . மாப்ளெ, மங்களம் – நீங்க ரண்டு பேரும் போகலாம். நான் உங்களை நெனச்சிண்டிருப்பேன். வெறுமனே வந்து என்னைத் தொந்தரவு பண்ண வாண்டாம். டேய் மாப்ளெ – இங்க பார்த்ததெல்லாம் யாருக்கும் சொல்லாதே. பைத்தியம்பான் எல்லாரும். ஒரு பைத்தியத்தைப் பத்தி மத்த பைத்தியங்க கிட்டவும் சொல்ல வாண்டாம். போய்ட்டு வாங்கோ" என்று விரட்டுகிற குறையாக விடை கொடுத்தார் பெரியவர்.

செல்லப்பாவுக்கு ரயில் ஓட்டத்தின் தாளத்திற்கு இடையே மார்பும் சற்றுப் படபடத்தது. எத்தனை வருஷமாயிற்று! பெரியவர் போட்ட அதட்டலுக்கும் அடிக்கும் இந்தக் கணத்திற்கும் என்ன சம்பந்தம்? ஏன் திடீர் என்று திரும்பித் திரும்பி அந்தக் காட்சி கண்முன் நிற்கிறது?

நெஞ்சு வறண்டு கிடந்தது. சீறிச் செல்லும். ரயிலின் சாளரம் வெதவெதவென்று நைப்பு இல்லாத வறட்டுக் காற்றை மேலே கொட்டிற்று. ப்ளாஸ்டிக் பிளாஸ்கை எடுத்துத் தண்ணீர் குடித்தார். இப்போது ரயில் ஆட்டத்தினால் தண்ணீர் முகவாய், தாடை, சட்டை மீதெல்லாம் வழிந்தது.

அதிகமாக அதைக் குடிக்க மனம் இல்லை. ஓரிரண்டு வாய் குடித்துவிட்டு மூடி வைப்பார். தண்ணீரின் ஒவ்வொரு துளியிலும் பட்டுவின் உருக்கமும் தன்னையே முழுதும் கொடுத்துக்கொள்கிற படையலும் ததும்புகிறது போல மெய் பரக்கிறது. அவள் இவ்வளவு சொல்லியும் கலக்கமுடியாத

ஒரு தூய்மை அவள் சொற்களில் ஊடுருவி நின்றது. ஆமாம் நொறுங்கிவிடுவதுபோல், அவள் கடைசி நிமிஷத்தில் அவர் கையைப் பிசைந்து பிழிந்தாள். அதில்கூட ஒரு தூய்மை, கபடமில்லாத ஒரு தெளிவும் நிச்சயமும் தெரிகின்றன.

இது என்ன அற்புதம்! ஐம்பது வயதில்! முதல் தடவையாக! 'ஈச்வரி ஈச்வரி' என்று அரற்றுகிறோமே. உருகுகிறோமே அதன் கொடையா?

உடல் – உள் – எல்லாமே பட்டுவாக ஆகிவிட்டது போலிருந்தது செல்லப்பாவுக்கு. அவரால் நம்பவும் முடியவில்லை. இப்படி ஒரு பிணைப்பு சாத்தியமா, நடக்கக் கூடியதா என்று பரவசத்துக்கு நடுவில், அந்தப் பேச்சு, கைப்பிடி எல்லாம் நிகழாதது போலிருந்தது சிலசமயம். இல்லை. அத்தனையும் உண்மை. நானும் ஒரு சிருஷ்டிதான். என்னை யாரும் புறக்கணிக்கவில்லை. இத்தனை வருஷம் மனைவியோடு குடித்தனம் நடத்தியது. இரண்டு சந்ததிகள் பிறந்தது எல்லாம் ஈடுபாடற்ற ஓட்டமாக ஓடின இயக்கம். அந்த சூன்யம் இப்போது மறைந்துவிட்டது போல இடம் நிறைந்துவிட்டது போலிருந்தது அவருக்கு. மனநிலையைக் கடந்து, இதயநிலையைக் கடந்து உடல் நிலை வரையில் அது எட்டாவிட்டால்கூட ஒன்றும் குறைந்துவிடப் போவதில்லை. உடல்நிலை வரை எட்டுவது ஒரு முக்கியமில்லை. அது தற்செயல் இனி இது வேர் இல்லாத மரம் இல்லை. எதற்கும் இலக்காக இல்லாத தனி இல்லை. ஒரு ஆத்மாவுக்கு ஒரு இலக்காகி விட்ட பொருள். ஒரு ஆத்மா ஏங்குகிற இலக்கு. எல்லாவற்றுக்கும் அடி மூலமான ஒரு பேருணர்வுக்குத் தகுதியான இலக்காக ஆகிவிட்டது இந்த ஆத்மா –

இனி?

செல்லப்பா அம்பாலாவுக்குப்போன பிறகு ஆபீஸ் தபால் களோடு தபாலாக ஒரு கடிதம் வந்தது – பட்டுவிடமிருந்து.

வெறுமே 'நமஸ்காரம்' என்று தொடங்கியிருந்தது. "நான் ஒவ்வொரு க்ஷணமாக எல்லாம் நினைத்து நினைத்துப் பார்த்துக்கொண்டிருக்கிறேன். பார்த்துக்கொண்டிருந்தாலே எனக்குப் போதும். இது படைத்த பரமன் ஆணையாகச் சொல்லுகிற பேச்சு. எனக்கு வேறு ஒன்றும் வேண்டாம். நீங்கள் மறந்துவிடுவதாக ஒரு சந்தர்ப்பம் ஏற்பட்டுவிடுமோ என்று நினைக்கும்போது எனக்குக் கிலி பிடித்தாற்போல ஆகிவிடுகிறது. சிலசமயம் இந்த எண்ணத்தை இருவரும் வெளிப்படுத்தியிருக்க வேண்டாமோ என்றுகூடத் தோன்றுகிறது. அப்படி இருந்திருந்தால் எப்போதும்போல் இருந்திருக்கலாம். ஆனால் இப்போது அதுவும் இல்லை. தூரமும் ஏமாற்றமும் ஏக்கமும்தான் மிஞ்சியிருப்பது போலாகிவிட்டது. நீங்கள் மறந்தோ அசட்டையாகவோ இருக்கிற ஒரு சமயம் வந்துவிட்டால், உங்கள் மனசில் இந்த பந்தம் வறண்டுவிடுகிறாற்போல –

ஒரு சமயம், இங்கு என்ன நேரும் என்று சொல்வதற்கில்லை. நான் அவருக்கு ஊறு நினைத்ததில்லை. நினைக்கவும் விரும்பவில்லை. இதனால் ஏதோ அந்தரத்தில் தவிப்பது போல் இருக்கிறது. எனக்கு ஒன்றும் புரிய வில்லை. ஏன் நான் உங்களையே நினைத்துக்கொண்டிருக்கிறேன் ..."

ஒரு வாரம் கழித்து டில்லிக்குப் புறப்பட்டார் செல்லப்பா – ஒரு தந்தி அடித்துவிட்டு. பட்டுவும் சிவசாமியும் ரயிலடிக்கு வந்து அவரைப் பார்த்து ஹோட்டலில் கொண்டு விட்டுப் போனார்கள். அன்று மாலை அவரைப் பார்க்க வந்தாள் பட்டு.

செல்லப்பா எதைத் தற்செயல் என்று நினைத்தாரோ, எது எட்டாவிட்டால்கூட ஒன்றும் குறைந்து விடாது என்று நினைத்தாரோ, அது தற்செயலாக நிகழாமல், இருவரும் வேண்டி மனது ஒப்ப, உணர்வு ஒப்ப நிகழ்ந்தது.

எப்போதும் அவள் வரும்போது அறையைத் திறந்து வைத்தே பேசிக்கொண்டிருப்பதை வழக்கமாகக் காண்கிற

ஹோட்டல் பணியாள், கதவு மூடியிருப்பதைக் கண்டான். பட்டுவுக்காக அவர் காபி வரவழைக்கிற வழக்கம். காபி சாப்பிட்ட பிறகு, இந்த ஓடும்பிள்ளை திறந்த கதவு வழியாக தட்டாமலே உள்ளே வருவான். பாத்திரங்களை எடுத்துப் போவான். ப்ளாஸ்கை எடுத்துப் போய் தண்ணீர் கொண்டு வைப்பான். அடிக்கடி வந்து விசாரிப்பான். வேறு எந்த அறையோ மணி அடித்ததைத் தவறாகக் கேட்டு, இந்த அறைக்குள் எட்டிப் பார்ப்பான். "கூப்பிட்டீர்களா?" என்று கேட்பான். இன்றைக்கு அந்தக் கதவு சாத்தியிருந்தது. விரலால் லேசாகத் தள்ளிப் பார்த்தான். கதவு அசைய வில்லை.

பட்டு கண்ணாடிக்கு முன் நின்று கட்டில் ஓரத்தில் இருந்த உடைகளை ஒவ்வொன்றாக எடுத்து மீண்டும் அணிந்துகொண்டாள். தலையை வாரிக்கொண்டாள். முகத்தில் அவர் பெட்டியில் இருந்த பவுடரையே எடுத்துப் பூசிக்கொண்டாள். தன் கைப்பையிலிருந்த குங்குமத்தை எடுத்து இட்டுக்கொண்டாள். அறைக் கதவின் தாழை நீக்கினாள். கதவை லேசாகத் திறந்து வைத்தாள். நாற்காலியில் உட்கார்ந்துகொண்டாள். அவரையே வெறித்துப் பார்த்தாள்.

"இது நேரும்னு நான் எதிர்பார்க்கவே இல்லெ" என்றாள்.

"நான் எதிர்பார்த்தேன். நீ என்னை ஒரு பொருட்டா மதிச்சு அன்னிக்கு சொன்னதெல்லாம் மேலேருந்து வந்த கொடைன்னு எனக்கு நிச்சயமாத் தோணித்து. நீ சொன்னது, எழுதினது எல்லாம் பார்த்தா, அது இன்னும் நிச்சயமாத் தோணித்து. நான் அதை முழுசா ஏற்றுக்கொள்ளணும்னு தோணித்தது. கதவுத் தாழ்ப்பாளைப் போட்டேன் . . . தெய்வத்தின் பேரை இதிலே இழுக்கிறது தப்புன்னு தோணலாம். எனக்கு அப்படித் தோணலெ. நான் இப்படி

ஒரு உலகத்தை பார்த்ததில்லே – இந்த ஒரு மணியிலே பார்த்த உலகத்தை. முழுக்க முழுக்க எனக்கு இது ஒரு புது அனுபவம். எனக்கு இரண்டு குழந்தைகள் இருக்கு. ஆனா இந்த மாதிரி உலகத்திலே பிறந்ததில்லே அதுகள். இப்பதான் புரிஞ்சுது."

சிறிது நேரம் பேச்சு நின்றது.

"நீங்க பேசறதைக் கேட்டுக்கிண்டே இருக்கணும் போலிருக்கு. நான் பேசணும்னு நினைக்கறதை எல்லாம் நீங்க பேசறேள். நான் நினைக்கிறதுதான் உங்க கிட்டே புகுந்து உங்க வார்த்தையா வராப்பல இருக்கு. நீங்க இன்னும் அழகாப் பேசறேள். நான் உளறிக் கொட்டப் போறேனோன்னு பயந்துண்டு, நான் பேச நினைக்கிறதெல்லாம் உங்ககிட்ட ஓடிப்போய் உங்க வார்த்தையா வரது போலிருக்கு" என்று கரைந்து கொண்டிருந்தாள் பட்டு.

"இதுவும் ஒரு அபூர்வமான 'தாட்'தான். நானும் மங்களமும் இப்படி ஒரு நிமிஷம்கூட பேசிண்டதில்லே. அவளுக்கு நான் பேசறபோதெல்லாம் மாறா ஏதாவது பேசணும்போலத் தோணும். அவளுக்கு சுதந்திரமா யோசிக்கத் தெரியாது, பேசத் தெரியாதுன்னு நான் முடிவு கட்டிட்டேனோன்னு கவலை அவளுக்கு. அதுக்காக எதிர்க் கட்சியை எடுத்துப்ப. ஒத்துப் போகலாம்கற பேச்சைக்கூட எதிர்த்துப் பேசுவ."

"தெரியும். நான் நாலஞ்சு மாசம் கூட இருந்து கேட்டிருக்கேன்."

"அதுக்குத்தான் என் மேலே இரக்கம் வந்துதா?"

"இல்லேன்னு முதல்லேயே சொன்னேனே. மாமி மாதிரிக் குள்ளமும் சொள்ளையுமா இல்லாம ஒரு அப்ஸரஸே உங்களுக்கு வாச்சிருந்தாலும் அதுக்கும் நான் நினைக்கிறதுக்கும் என்ன சம்பந்தம்? நான் நான்

தான் ... இல்லெ, நீங்கதான்" என்று கடைசி வார்த்தையை நாணத்தில் புதைத்துக்கொண்டாள் பட்டு.

OOO

செல்லப்பாவை டில்லி இந்த மாதிரி ஆறேழு தடவைகள் இழுத்துக்கொண்டு வந்தது – இரண்டு வாரங்களுக்கு ஒரு முறை மூன்று வாரங்களுக்கு ஒரு முறை என்று.

ஒரு தடவை, "நான் இனிமே எப்படி மாமியை ஏறிட்டுப் பார்க்கப் போறேன்னு தெரியலெ. நீங்க எப்படியோ – தைரியமா ஒண்ணுமே நடக்காதது போல இவரோட நின்னு உங்களாலெ பேச முடியறது. அது ஒரு புருஷனுக்கு சாத்தியமோ என்னவோ. என்னாலெ தைரியமா பார்க்க முடியும்னு தோணலெ . . ." என்றாள் பட்டு. தட்டின தவலைத் தண்ணீர் போல அவள் உடலில் ஒரு சிறு அதிர்வு படர்ந்தது.

செல்லப்பா பதில் பேசவில்லை. பேச முடியவில்லை.

"தெய்வமாப் பார்த்துக் கொடுத்த கொடை, அதனால முழுசா ஏத்துக்கணும்னு தோணினதாக முதமுதல்லெ அப்ப சொன்னேன். ஆனா இது வழக்கமாப் போயிடும் போலிருக்கு. ஒருத்தருக்கொருத்தர் பிடிக்க முடியாம, ஓடிண்டிருக்கிறதே போரும்னு தோணறது எனக்கு" என்றாள் பட்டு.

"பிடிச்சிண்ட பிறகுதானே இந்த எண்ணம் வந்தது?"

"ஆமா. அது வழக்கமாப் போயிடும்கற பயத்தினாலெ தான் இப்படி தோணறது. பிடிபடலியே பிடிபடலியேன்னு பின்னாலெ ஓடிண்டிருக்கிறதுதான் நிஜமா செய்ய வேண்டிய காரியம். அதிலெயே களைச்சு ஒரு நாளைக்கு உசிரு போயிடணும் . . ."

இப்படிச் சொன்ன பிறகும் இரண்டு முறை செல்லப்பா டில்லிக்கு வந்தார்.

அம்பாலாவிலிருந்து ஒரு நாள் கடிதம் வந்தது. செல்லப்பாவின் கையெழுத்துக்குப் பதிலாக மங்களத்தம்மாளின் எழுத்து. அவளுக்கு உடம்பு சரியாக இல்லை – ஏதோ களைப்பு – தள்ளாமை போல – பொதுவான பலஹீனம் என்று டாக்டர் சொல்கிறார் – பட்டு வந்து ஒரு வாரம் இருந்தால் உதவியாக இருக்கும் – இதுதான் கடிதம்.

சிவசாமிதான் கடிதத்தைப் பிரித்தான். வாசித்தான். அவளும் வாசித்தாள்.

"மாமி கூப்பிட்டதேயில்லெ இப்படி. எத்தனை சம்பளம் வாங்கினாலும் வேலைக்கு ஆள் இருந்தாலும் அந்தரங்கமாப் பண்ணிப் போடறவா இல்லாட்டா எப்படியிருக்கும். உடனே கிளம்பு" என்றான் சிவசாமி.

மறுநாள் இரவே ரயில் ஏறினாள் பட்டு.

அம்பாலா ஸ்டேஷனுக்கு செல்லப்பாவின் பிள்ளை பட்டுவை அழைத்துப் போக வந்திருந்தான்.

மங்களத்தின் உடம்பு சற்று ஊதியிருந்தது. ரத்த சோகை லேசாக வந்தாற்போல உடலில் ஒரு அசட்டுப் பருமன். நடையில் சோர்வு. அடிக்கடி கட்டிலில் ஓய்வு.

செல்லப்பா டில்லியில் காண்கிற செல்லப்பாவாக இல்லை. பழைய ஜம்மு செல்லப்பாவாக, உதவி செய்கிற பழைய செல்லப்பாவாக நடமாடிக் கொண்டிருந்தார்.

"எத்தனை வருஷம் பழகினாலும் மாமாவுக்கு சங்கோசம் விடாது. பரவாயில்லெ. நீயே பரிமாறு அவருக்கும், குழந்தைகளுக்கும். எனக்கு இன்னிக்கு என்னமோ ரொம்ப தள்ளாமையா இருக்கு. தலையைச் சுத்தறது" என்ற கட்டிலில் உட்கார்ந்தபடியே வேண்டினாள் மங்களத்தம்மாள்.

அப்படியே பட்டு பரிமாறுவதைச் சாப்பிட்டுவிட்டுச் செல்லப்பா ஆபீஸுக்குப் போனார். குழந்தைகள் பள்ளிக் கூடம் போயின.

அவர்கள் போய் இரண்டு நாழிகைக்குப் பிறகு மங்களமும் பட்டுவும் சாப்பிட்டார்கள். மங்களம் கட்டிலில் வந்து படுத்தாள். பாத்திரங்களை ஒழித்து அடுக்களையைச் சீர்பண்ணிவிட்டு, மங்களத்தம்மாளோடு பேச வந்தாள் பட்டு.

வெயிலில் ஊர் வதங்கிச் சாம்பித் துயில்வது போல ஒரு அயர்வு – நிசப்தம்.

"இப்படி வந்து உட்கார்ந்துக்கோயேன்" என்று கட்டிலில் நகர்ந்து படுத்தாள் மங்களத்தம்மாள். பட்டு அவள் அருகே உட்கார்ந்து தடவிக் கொடுத்தாள்.

"ஏன் இப்படி திடீர்னு இப்படி அசதி வந்துது?" என்று அவள் தோளை அமுக்கினாள்.

"அப்பாடா, பட்டு கை கைதாண்டி. எங்க மாமியார்னா உன் கையைப் பத்தி சொல்லிக் கேக்கணும். எனக்கு திடீர்னு இப்படி வரலெ பட்டு. ரண்டு மூணு மாசமாவே இப்படி இருக்கு. சமாளிச்சுப் பார்த்தேன். முடியாமதான் உனக்கு எழுதிப் போட்டேன். சிவசாமி எப்படியிருக்கான்?"

"சௌக்யமா இருக்கார். ஆபீஸ்ல நல்ல பேரு. அப்புறம் தனியா ஒரு துணி பிஸினஸ் பண்றார். கடையின்னு தனியா பெரிசா வச்சுக்காம, ஆர்டர் புக் பண்ணிடறார். ஆடர் பண்ணினவா எடுத்துக்க வேண்டியது. அந்த மாதிரி அஞ்சாறு மில்லுக்கு ஏஜன்ஸி மாதிரி எடுத்துண்டிருக்கார். அடிக்கடி வெளியூர் போறார். சனிக்கிழமை போய்ட்டு திங்கட்கிழமை வந்துடுவர், ஒரு நாள் இரண்டு நாள் கூட ஆனா ஆபீஸ்லெ முதலாளி ஒண்ணும் சொல்றதில்லெ. அதுக்காக சில சமயம் ப்ளேன்லெ போய்ட்டு, ப்ளேன்லெயே வந்துடறார் . . ."

“பேஷ். மாமா எத்தனையோ பேருக்கு வேலை பண்ணி வச்சிருக்கார். எல்லாம் அதே டிபார்ட்மெண்டுலெ படிப்படியா மரவட்டை ஏர்றாப்பல மெதுவா ஏர்றதுகள். சிவசாமி ஒருத்தன்தான் பிரகாசமாக் கிளம்பினான். நான் ஊர்லெ திண்ணைப் பள்ளிக்கூடத்தில் படிக்கிறபோதே ஒரு கதை. ஒரு அப்பா இரண்டு பிள்ளைகிட்ட தலைக்கு ஒரு ரூபா கொடுத்து, உங்க உள்ளூ நிறையப் பண்ணுங்கோ பார்ப்பம்னு சொன்னாராம். ஒரு பிள்ளை பெரிய வைக்கல் கட்டை வாங்கி ரூம் பூரா திணிச்சு வச்சானாம். இன்னொரு பிள்ளை ஒரு விளக்கை வாங்கி ஏத்தி தன் ரூம்லெ தொங்க விட்டானாம். எல்லாருக்கும் மாமா ஒண்ணாத்தான் செஞ்சிருக்கார் – அதை விருத்தி பண்ணிக்கிற வழி அவாவா சமர்த்தைப் பொருத்திருக்கு.”

“இவருக்கு நல்ல காலம் ஒத்துண்டுது.”

“பானை பிடிச்சவ பாக்கியம்னு சொல்ல மாட்டியா?” என்று மங்களத்தம்மாள் பட்டுவின் விரலை அமுக்கினாள். பட்டுவுக்கு வேறு அந்த விரல்களின் நினைவு வந்தது. மனசு எங்கேயோ போய்விட்டது – சிறிது நேரம். மங்களத்தம்மாள் மேலே ஏதோ சொன்னது கேட்டது. என்ன என்று அவள் கவனிக்கவில்லை. “ம்” “ம்க்கும்” என்று இரண்டு மூன்று தடவை வாய் ஒலித்தது.

“என்ன ‘ம் ம்’கறே? நான் சென்னது காதிலே விழலியா?”

“நான் என்னமோ நெனச்சிண்டிருந்தேன். சட்டுனு கவனிக்கலெ.”

“சிவசாமி மாமாகிட்ட சரியா நடந்துக்கறானான்னு கேட்டேண்டி பட்டு.”

“என்ன அப்படி கேக்கறேள்? மாமா கிட்ட வேற எப்படி நடந்துப்பார்!”

“சந்தேகப்படாம இருக்கானாங்கறேன், அவர் மேலே?” பட்டுவுக்கு முகத்தில் வெளிர் படர்ந்தது.

“என்னது?” என்றாள் வறண்ட குரலில்.

“சொல்லு.”

“எனக்குப் புரியலெ மாமி.”

“நான் ஒரு நாளைக்கு சொப்பனம் கண்டேன். மாமா உன்னோட அசட்டுப் பிசட்டுன்னு நடந்துக்கறாப்பல. நீள சொப்பனம். அடாத காரியமா மாமா ஏதோ செய்ய முயற்சி பண்றாப்பல. நான் தடுக்கப் போறேன். ஆனா தடுக்க முடியலெ. மாமா உன்னை இடுப்பைப் பிடிச்சிண்டு நகர்த்திண்டு போறாப்பல இருந்தது. முழிப்புக் கொடுத்துது. எழுந்துண்டேன். மாமா ஊர்லெ இல்லெ. டில்லிக்குப் போயிருந்தார். இது என்னடா கெட்ட சொப்பனம்னு ராத்திரி முழுக்கப் பதறிப் போயிட்டேன். பூஜை அலமாரியைத் திறந்து விளக்கை ஏத்திவச்சேன். குழந்தைகள் தூங்கிண்டிருந்தது. மறுநாள் காலமே ஆபீஸுக்கு போன் பண்ணினேன், மாமா எப்ப டூர்லேர்ந்து திரும்பி வருவார்னு. சாகிப் டூர்லெ போகலியே, மூன்று நாள் லீவு எடுத்துண்டுன்னா போயிருக்கார்னு சொன்னான் மாமாவோட அஸிஸ்டெண்ட்டு. மாமா திரும்பி வந்தார். நான் ஒண்ணும் கேக்கலெ. அடுத்த தடவை டூர்லெதான் போனாளாம். அதுக்கும் அடுத்த வாரம் மறுபடியும் லீவு . . . நான் அப்பவும் கேக்கலெ மாமாவை ஒண்ணும் – அதுக்குத்தான் கேட்டேன் சிவசாமி மாமா மேலே ஏதாவது சந்தேகப்படறானோன்னு –” என்று பட்டுவைத் தடவிக் கொடுத்தாள் மங்களத்தம்மாள் படுத்தவாறே.

“என்ன மாமி, என்னென்னமோ கேக்கறேள்?” என்று உலர்ந்த குரலில் தடுமாறிற்று பட்டுவின் பதில்.

பட்டுவுக்கு வயிற்றில் கனத்தது. பாத்ரூமுக்குப் போக வேண்டும் போலிருந்தது. பளீர் என்று ஒரு ஞாபகம். மாமிக்கு இந்த மாதிரி ஒரு இயல்பு உண்டு என்று செல்லப்பா ஒரு நாளைக்கு எதோ போகிற போக்கில் சொன்னது இதோ என்று அவள் நெற்றியைப் பிளக்கிறாற்போல வந்து

குத்திற்று. மாமி ஒரு 'சைக்கிக்' மாதிரி ஏதாவது இப்படிப் பிதற்றுவாளாம். சொப்பனம் கண்டேன் என்பாளாம். 'கிருஷ்ணன் படத்தைப் பார்த்துண்டேயிருந்தேன். படத்திலேர்ந்து கிருஷ்ணன் எழுந்து வந்து கண்ணுக்கிட்ட வராப்பல இருந்தது' என்பாளாம். எதிர் வீட்டு மேஜர் சம்சாரம் பிள்ளை பெறுவதற்காக ஆஸ்பத்ரிக்குப் போனாளாம். பிரசவத்திற்கு இரண்டு நாள் முன்பு தனேஜா ஒரு பெண் குழந்தையை மடியிலே வச்சிண்டிருக்கான். இதான் என் குழந்தை என்று சொல்கிறாற் போல மாமி சொப்பனம் கண்டாளாம். பிரசவம் ஆகி நாலாம் நாள் மிஸஸ் தனேஜாவைப் பார்க்கப் போனபோது குழந்தை, பெண் குழந்தை, மாமி கனாவில் பார்த்தது போலவே இருந்ததாம். மிஸஸ் தனேஜா அப்போது பாத்ரூமுக்குள் போயிருந்தாளாம். மேஜர் தனேஜா குழந்தையை மடியில் வைத்துக்கொண்டு மாமியையும் செல்லப்பாவையும் வரவேற்றானாம். இப்படி இரண்டு மூன்று சொன்னார் செல்லப்பா. மாமியைப் பற்றி அவர்கள் ஹோட்டலில் பேசின பல பேச்சுகளில் ஒன்றாக இது வந்தது. பட்டு அதைப் போகிற போக்கில் கேட்டாள். மனதில் போட்டுக்கொள்ளவில்லை. அது இப்போது ஒளிந்துகொண்டிருக்க மூலையிலிருந்து திடீர் என்று பாய்வதுபோல் அவள் மூளையில் பாய்ந்தது.

"என்னென்னமோ கேக்கலெடீ பட்டு. திடீர்னு அந்த மாதிரி சொப்பனம் வந்தவுடனே எனக்கு என்னமோ பதறித்து. நீங்களும் ஊர்லெ கொஞ்சமா கஷ்டப்படலெ. இப்ப மாமா ஏதோ கையக் காமிச்சு விட்டதிலெ ஒரேயடியா மாறிப் போயிடுத்து. சிவசாமிக்கு யோகம் அடிக்கிறது. நீயும் ஆளை அடிக்கிறாப்பல அப்படி ஒரு மேனியும் எடுப்புமா மாறிவிட்டே. உன்னைப் பார்த்தா எனக்கே பிரமிக்கிறது. மாமா நல்லவர்தான். ஆனா தனியா பார்க்கற ஒரு சந்தர்ப்பம் பொல்லாதோல்லியோ. நீயும் மாமாவாலெதான் இப்படி உசந்துட்டோம்னு நன்னி

விசுவாசத்தினாலெ இசைகேடா நடந்துக்கலாம். நடந்துக்க சம்மதிக்கலாம்னு நினைக்கலாமோல்லியோ!"

பட்டு வெறித்து அவளைப் பார்த்தாள். சிறிது நேரம். கன்னம் இழுத்துக்கொண்டது. வாய் கோணி, உதடு நடுங்கிற்று. அப்படியே நகர்ந்து மங்களத்தம்மாளின் கால் விரல்களைப்பற்றி முகத்தில் புதைத்துக்கொண்டாள். விசும்பி விசும்பி அழுதாள். மங்களம் காலை இழுத்துக் கொள்ள முயன்றாள். கால் விடுபடுகிற வழியாக இல்லை. கன்னத்திலும் கண்களிலும் அந்த உள்ளங்கால்களும் விரல்களும் தேய்ந்துகொண்டிருந்தன.

"நான் பயந்தது சரியாப் போயிட்டுதா பட்டு – ஏன் இப்படி தேம்பறே? என்ன இது?"

பதில் இல்லை.

"பட்டு!"

". . ."

"பட்டு நான் கேட்டதுக்குப் பதில் சொல்லேன்."

"ம்!"

"என்ன 'ம்'?"

"என்னை ஒண்ணும் கேக்காதிங்கோ மாமி."

"பின்னே யாரைக் கேக்கறது? மாமாவைக் கேட்கட்டுமா?"

"வாண்டாம், வாண்டாம். வாண்டாம்."

"நீயாவது சொல்லு."

"ஆமாம்."

"என்ன ஆமாம்."

"என்னோட நன்னிதான் செஞ்சிருக்கணும். நான்தான் என்னறியாம தூண்டிருக்கணும்."

"உன்னறியாம எப்படித் தூண்டமுடியும்?"

'என்ன பொம்மனாட்டி இவள்!' என்று அந்தத் துயரத்துக்கு நடுவில் ஒரு கோபம் வந்தது பட்டுவுக்கு.

"மாமாகிட்ட இப்படி ஒரு சந்தேகம் வந்தவுடனே நீ எனக்கு சூசகமாகத் தெரிவிச்சிருக்கலாம் இல்லியா?"

"ஒரு கை மாத்திரம் எப்படி தட்டும்?" என்று பயத்தோடும் வெறுப்பை மறைத்துக்கொண்டும் முனகினாள்.

"பட்டு, என் மேலே கோபம் வாண்டாம். நான் உளவு வச்சு இதைக் கண்டுபிடிக்கலெ. நீயேதான் இப்ப ஒப்புக்கிண்டே."

"ஆமா."

"மாமாவோட அம்மா எங்க மாமியார் பரம பரிசுத்தை. அவ அண்ணா பெரிய உபாசகர். அவர் மாமாவுக்கு உபதேசம் பண்ணியிருக்கார் அந்தக் காலத்திலெ. அந்த தெய்வம் இருக்கிற இடம் தாசியும் மாசுமா இருக்கப்படாது. எங்க பிறந்தாத்துக்கும் ஒரு மகான் இன்னும் வழி காமிச்சு இப்பவும் காப்பாத்திண்டு வறார். அவா ரண்டு பேரையும் மோசம் பண்ணினாப்பல ஆயிட்டுது இப்ப மாமா செஞ்சுது... என் உடம்பைப் படுத்தறது அதுதான். ஆளை அடிக்கிறாப்பல மாறிப்போயிட்டாளேன்னு நினைச்சேன் உன்னைப் பார்த்து. அப்படியே ஆயிட்டுது."

"போரும். போரும். இனிமே நான் அடிக்கமாட்டேன். பேசாம இருங்கோ... இனிமே நான்தான் அடியைப் பட்டுண்டிருக்கப் போறேன்" என்று முனகினாள் பட்டு. அப்போதும் மங்களத்தம்மாளுக்கு அது புரியும் என்று அவள் நம்பவில்லை. செல்லப்பாவைப் பார்க்காத, பேசாத,

தி. ஜானகிராமன்

அருகில் இல்லாத அடி எப்படியெல்லாம் அவளை வீழ்த்தப் போகிறதோ.

உங்களுக்குப் புரியாது இது, புரியவேண்டாம் என்று மனதுக்குள் மங்களத்தம்மாளிடம் ஒரு இரக்கத்தோடு, அசட்டையோடு அவள் நெஞ்சு காய்ந்தது.

அந்த அசட்டையோடும் பரிவோடும் கழிவிரக்கத் தோடும் நன்றியோடும் பதினைந்து நாள் பட்டு பணிவிடை செய்துகொண்டிருந்தாள்.

பதினைந்தாவது நாள் ஒரு தந்தி ஊரிலிருந்து வந்தது. "உடனே குடும்பத்தோடு வரவும், என் உடல் நிலை சரியில்லை. சிவபாதம் வந்து தங்கியிருக்கிறார். அம்மா."

செல்லப்பா குழம்பினார்.

"யாரு சிவபாதம்?"

"மறந்துபோச்சா? அவர் பேரை யாரு சொல்றா? நம்ம கலியாணத்தும்போது வந்திருந்தாரே தம்பதியா – அவர்தான் . . . சிவபாதம் அவர் பேருன்னே யாருக்கும் தெரியாது. அம்பாகடாட்சம்னு சொன்னாத்தான் புரியும்."

குடும்பம் இரண்டு நாள் கழித்துப் புறப்பட்டது. பட்டுவை டில்லியில் விட்டுவிட்டு ரயில் ஏறினார்கள். ரயில் பிரயாணத்தில் மங்களத்தம்மாள் அம்பாகடாட்சத்தைப் பற்றி அடிக்கடி பேசிக்கொண்டேயிருந்தாள்.

"அவரை எல்லாரும் மனுஷன்னு நெனச்சிண்டிருக்கா. நம்ம மாதிரி சாப்பிடறார், நடக்கிறார், பேசறார். நம்ம மாதிரி கைகால் உடம்பு எல்லாம் இருக்கு – நம்ம மாதிரி சிரிக்கிறார். வெளிவாசலுக்குப் போறார் – அதனாலே நம்ம மாதிரி மனுஷன்தான்னு பாமர ஜனங்கள் நினைக்கிறா. பாமர ஜனங்களைக்கூடச் சொல்லமாட்டன். படிச்சவ நினைக்கறா. ஏன்னா படிச்சவாளுக்குத்தான் சந்தேகம் வரும். ஸ்வாமின்னா அப்படி இப்படி இருப்பார்னு

தங்க படிப்புக்கு ஏத்தாப்பல, முடிவு பண்ணியிருப்பா. அம்பாகடாட்சம் மனுஷன் இல்லேன்னு புரிஞ்சிக்க முடிஞ்சவர்களுக்குத்தான் புரியும். அவருக்கு இந்த உலகத்திலே எங்க என்ன நடக்கிறதுன்னு தெரியும். அம்பாலாவிலே நாம என்ன பண்றோம் ஒரு குறிப்பிட்ட நேரத்திலேன்னு அவர் பார்த்துண்டிருப்பர். டில்லியிலே நாம தங்கி ரயில்லெ ஏறினதுகூட அவருக்குத் தெரியும் – அது ஈச்வராம்சம். அம்பாளே தன்னோட ஒரு கலையிலே ஒரு துளி இழையை எடுத்து இப்படி மனஷ்ய ரூபத்திலெ நடமாட விட்டிருக்கா – நடமாடிண்டு வரா.”

இப்படியே பேசிக்கொண்டு வரும் மனைவியைக் காதில் வாங்கிக்கொண்டதும் கொள்ளாததுமாக செல்லப்பா ஏதாவது பதில் சொல்வார். புதுடில்லி ஸ்டேஷனில் சிவசாமியும் பட்டுவும் வந்து ரயில் ஏற்றி விட்டார்கள். வண்டியை ப்ளாட்ஃபாரத்தில் இன்னும் நிறுத்தவில்லை. ஏதோ பேச்சுவாக்கில் நடப்பதுபோல் பட்டுவும் மங்களமும் நடந்துபோய் சிறிது தூரத்தில் நின்று பேசிக்கொண்டிருந்தார்கள். பட்டுவின் உயரத்திற்கேற்ப மங்களம் அவளைத் தலையைத் தூக்கி நிமிர்ந்து பேசிக் கொண்டிருந்தாள். பட்டு கண்ணீர்விட்டு தலைப்பால் கண்ணைத் துடைத்துக்கொள்வது போலிருந்தது. மங்களம் என்ன சொல்லிக்கொண்டிருக்கிறாள்? செல்லப்பாவுக்குக் கால் அங்கு ஓடிப்போய் நிற்கவேண்டும்போல் புருபுருத்தது. சிவசாமி, ‘டீ’ சாப்பிடலாமே என்று அவரைச் சற்று அப்பால் அழைத்துச் சென்றான். டீ சாப்பிடும்போதும், குழந்தைகள் பெட்டி படுக்கைகளைச் சரியாகக் காத்துக் கொண்டிருக்கிறார்களா என்பதை விட, பட்டு – மங்களம் பேசுவதையே பார்த்தார். அவர் பார்ப்பதை சிவசாமியும் பார்த்தான்.

“மாமியைக் கண்டுட்டா ஓயமாட்டா பட்டு. மாமியும் அப்படித்தான்” என்று அவனும் அங்கு பார்த்தான்.

வண்டி வந்தது. சாமான்களைக் கொண்டு வைத்தார்கள். வண்டி புறப்படுகிற வரையில் பட்டு செல்லப்பாவைக் கண்ணெடுத்துப் பார்க்கவில்லை. கடைசியில் வண்டி நகரும்போது மட்டும் யாரும் பார்க்காதபோது அவரைப் பார்த்து தலையசைத்தாள், "இல்லை இல்லை" என்று சொல்லத் தலையாட்டுவது போல. அதற்கு என்ன இந்த அசைப்புக்கு, செல்லப்பா குழம்பினார். "வேண்டாம் வேண்டாம்" என்று சொல்ல, தலை அசைப்பது போலிருந்தது. என்ன அர்த்தம்? லெட்டர் போட வேண்டாமா? நான் மறக்கமாட்டேன் என்று அர்த்தமா? இனிமேல் இதெல்லாம் வேண்டாமா?

செல்லப்பாவுக்கு ஊருக்குப் போகிறாற்போல் இல்லை. மனது வெறிச்சோடி அலைந்தது. பிடிப்பு இல்லாமல், அமர இடமில்லாமல் பறந்தது. இருப்புக் கொள்ளவில்லை. எழுந்து எழுந்து பெட்டிக் கதவண்டை போய் சிகரெட்டை ஊதிக்கொண்டிருந்தார்.

பட்டுவைப் பற்றி மங்களத்திடம் பேசவும் அவருக்கு மனம் இல்லை. "இது மிக மிகப் புனிதமான பரஸ்பர ரகசியம் – எங்க இரண்டு பேருக்குள்ள இரண்டு பேர் மட்டும் தெரிந்து திளைக்கிற ரகசியம். பட்டுவைப் பற்றி அவளோடு பேசுகிறதே ஏதோ ஒப்பந்தத்தை மீறுவதுபோல, சத்தியத்தை மீறுவதுபோல படுகிறது. இது ரொம்ப ரொம்பத் தனியான, தூய்மையான ரகசியம். பட்டுவைப் பற்றி இவகிட்ட நான் பேசவேபடாது" என்று பிடிவாதமாக இருந்தார்.

ஆனால் மங்களம் பேசுவதைக் கேட்காமல் எப்படி இருக்க முடியும்?

"ஊரைவிட்டு வந்ததிலேர்ந்து நம்ப அம்மாவைப் போய்ப் பார்க்கலேன்னு அவளுக்குக் குறை. 'பாட்டியை ஒண்ணும் தப்பா நினைச்சுக்கச் சொல்லாதீங்கோ.

முதல் சம்பளத்தைப் பாட்டிக்கிட்ட கொடுக்கறாப்பல நினச்சிண்டுதான் உங்கக்கிட்ட கொடுத்து நமஸ்காரம் பண்ணினார் அவர். பாட்டி ஜம்முவிலே இருந்திருந்தா, பாட்டிக்கிட்டத்தான் முதல்லெ கொடுத்திருப்போம். என்னடா, வருஷம் மூணாகப் போறது. ஒருநடை வந்து பார்க்கப்படாதா, பாட்டி நினைச்சிண்டாலும் நினைச்சுக்கலாம். சீக்கிரமா வரேன்னு சொல்லுங்கோ. நானும் பாட்டிக்கு மாசத்துக்கு ஒரு லெட்டர் போடாம இருக்கறதில்லெ'ன்னு கண்ணாலெ ஜலம் விட்டுட்டா பட்டு ஸ்டேஷன்லெ. சிவசாமியும் அப்படித்தான் இருக்கான். அவன் உடம்பே நன்னியால பண்ணினாப்பல பறக்கிறான் நம்மைக் கண்டுட்டா."

இதை நன்றாகக் கேட்டுக்கொண்டார் செல்லப்பா. வெறும் நன்றி மட்டுமா உனக்கு? நன்றிக்கு எல்லை உண்டு. ஒரு எல்லைக்குப் பிறகு அது ஆளை எரிக்கும். புழு நெளிவதுபோல் நெளியப்பண்ணும். கோபம் வரும். பகையாடும். உன்னிடம் பொங்குகிறது நன்றி இல்லை. நன்றியெல்லாம் மங்களத்துக்கு. அம்மாவுக்கு ... நன்றி இப்போது கை மாறிவிட்டது ... என்று கரைந்துகொண் டிருந்தது.

அநாவசியமான ஸ்டேஷன்களில் திடீரென்று வேகம் குறைந்து ரயில் நிற்பதைப்போல அவர் நெஞ்சும் எப்போதாவது படபடக்கும். இப்போது எதற்காக ஊருக்குப் போகிறோம்? அம்மாவுக்கு என்ன உடம்பு? அம்பாகடாட்சம் வந்து உயிரை நிறுத்தி விடப்போகிறாரா? அவர் அமானுஷ்ய ஜீவனாக இருந்தாலும் இறைவன் வகுத்துவிட்ட இயற்கையின் போக்கில் குறுக்கிடு வாரா! ... அவர் கண்கள்! உள்ளத்தின் ஆழத்தில் இருப்பதைத் துருவிப் பார்க்குமாம் அந்தக் கண்கள் ... என்ன இது! ...

கலியாணமாகி இரண்டு வருஷம் வரையில் அம்பாகடாட்சம் காட்டுகிற வழிதான் வழி, கடவுளை

நினைக்க வேற வழியே இல்லை, மற்றவை எல்லாம் சுற்றி வளைத்துச்செல்கிற பாதைகள் என்று வெறி பிடித்தாற்போல் பேசிக்கொண்டிருப்பாள் மங்களம். மணிக்கணக்கில் பேசுவாள். அவருக்கு அலுத்து அலுத்து வரும். அவளுடைய வெறியால் அவருக்கு அம்பாகடாட்சத்தின்மீது மதிப்புக் குறைந்துவிடும் போலிருந்தது. அதைத் தவிர்த்துக்கொள்ள, அவருடைய அறிவு, விவேகம் எல்லாவற்றையும் திரட்டி சிரமப்பட வேண்டிருந்தது. மகான்களைக் கீழே இழுத்து இறக்குகிறவர்கள் சீடர்கள்தான் என்பதன் அர்த்தம் அவருக்குப் புரியத் தொடங்கிற்று.

அம்பாகடாட்சத்தை அவரே நேரில் மறுபடியும் பார்த்தால்தான் தெரியும். கலியாணத்திற்குப் பிறகு அவரைப் பார்க்கவில்லை. மங்களம் மட்டும் ஓரிரண்டு முறை சிதம்பரத்திற்குப் போய் அவரைப் பார்த்துவிட்டு வந்தாளாம் – அவரைவிட்டு ஓரிரண்டு மாதம் குழந்தை களுடன் தெற்கே போயிருந்த சமயங்களில்.

4

குத்தாலம் ஸ்டேஷனில் தையும்மாளின் வில்வண்டி காத்திருந்தது. முச்சாமி வெள்ளைப் பல்வரிசை மலர வரவேற்றான்.

ஊருக்குள் நுழைகிற வரையில் அவன் செய்தி சொல்லிக்கொண்டே வந்தான்.

"சாமியாரு வந்து ஒருவாரம் ஆச்சுங்க. அவங்க அம்மாளும் வந்திருக்காங்க . . . பொளுதன்னிக்கும் பூசைதான். நானும் பக்கிரியும் தாழங்குடி, பழங்காடு, முத்தாறுன்னு பக்கத்தூரெல்லாம் தினம் தினம் போயிட்டு வாரோம். எதுக்கு? பூவுக்கு. கொடலை கொடலையாய் பூ. கூடை கூடையாப் பூ. நாலு கண்ணாலம் பண்ணலாம். அத்தினிப் பூ. சாமிக்குப் பூதான் புடிக்கும் போலிருக்கு" என்று ஆரம்பித்தான். "பெரியம்மாவுக்கு இடுப்பு ஒடிஞ்ச முதரண்டு நாளைக்கு. அப்புறம் மேலே தாழங்குடியிலேர்ந்து ரண்டு அம்மா வந்து ஒத்தாசை பண்றாங்க . . .

ஊர் வந்துவிட்டது.

வீட்டு வாசலில் வண்டி வந்தது. நின்றதும் மங்களத்தம்மாளின் முகம் பெரிதாக மலர்ந்தது – வாசலைப் பார்த்து. வாசலில் பாதித்

தெருவை அடைத்துப் பெரிய கோலம். குறடு, ஆளோடி திண்ணைகள், நிலைக் கதவு – எங்கு பார்த்தாலும் வெள்ளை வெளேர் என்று இழைக் கோலம். வாசல் நிலையிலும் உள் நிலையிலும் மாவிலைத் தோரணங்கள்.

“கலியாண வீடு மாதிரின்னா இருக்கு . . . இவர் அடிவச்ச இடமெல்லாம் கலியாணம்தான்” என்று உள்ளே நடந்தாள்.

“பாட்டீஈஈ” என்று பையனும் பெண்ணும் உள்ளே ஓடின.

“மாப்பிளையா, வரணும் வரணும்” என்று குரல். ஊஞ்சலில் உட்கார்ந்திருந்த அம்பாகடாட்சம் குரல் கொடுத்தார். அவரைப் பார்த்ததும் பார்க்காததுமாக மங்களம் அவர் காலில் விழுந்தாள். செல்லப்பாவும் விழுந்து கும்பிட்டார்.

அடுக்களையிலிருந்து தையும்மாளும் இன்னும் இரண்டு பெண்டுகளும் வெளிப்பட்டார்கள். குழந்தைகள் குதித்தன. மங்களத்தின் செல்ல அதட்டலைக் கேட்டு இரண்டு குழந்தைகளும் அம்பாகடாட்சத்தை விழுந்து கும்பிட்டன.

செல்லப்பா அவரை நின்றுகொண்டே பார்த்தார். கலியாணத்தின்போது பார்த்தது. அதேபோல முகத்தில் முப்பது நாற்பது நாள் மயிர். வேறு ஒன்றும் மாறியதாகத் தெரியவில்லை. இப்போது ஐம்பத்தைந்து வயதிருக்கலாம் அவருக்கு. தோல் மட்டும் அதற்காகச் சற்று முற்றியிருந்தது. முகத்தில் ஓரிரண்டு நரை. உடலில் சிறிது இளைப்பு. கண்ணில் அதே துருவித் துளைக்கிற, இமை கொட்டா பார்வை. செல்லப்பாவையே சிறிது நேரம் அந்தப் பார்வை ஊடுருவிற்று. தூணோடு அவரைத் தைத்துவிடுவது போன்ற ஆணிப் பார்வை. செல்லப்பா முதலில் சற்று அதிர்ந்தார். வயிறு என்னமோ செய்தது. பிறகு ‘நான் என்ன செய்து விட்டேன்?’ என்று தேற்றிக்கொண்டார். வயிறு பழைய நிலைக்கு வந்தது.

“நல்லதாப் போச்சு, இன்னிக்கு பௌர்ணமி. நேத்து வரலியா – கொஞ்சம் கவலை. இன்னிக்கு நீ வந்துடுவேன்னு நினைச்சேன். பௌர்ணமி ரொம்ப விசேஷம். அம்பாளுடைய சௌந்தர்யம் உலகம் முழுக்கப் பூரிச்சுக் கொட்டும். இன்னிக்கு அவ அழகைப் பார்க்கணும். பௌர்ணமி அன்னக்கி பூஜை பூஜைன்னு அம்பாளைப் பூஜை பண்ற பயல்கள்ளாம் ரூம்லே உட்கார்ந்துண்டு ராத்திரி முழுக்க பூவைக் கொட்டிக்கிண்டிருப்பன். அஸப்யங்கள். அவ அழகை வெளியிலே போய் ஆகாசத்துங் கீழே நின்னுண்டுன்னா பார்க்கணும். ஜிலுஜிலு காத்தா வந்து அவமேல உரசிண்டு போறதையும், தென்னை மர ஓலையிலே மினுக்கறதையும், சலசலக்கறதையும், நரையான் அலகிலே புகுந்து அவ நிலாவிலெ சுத்தறதையும் இந்த அரசிகப் பசங்கள்ளாம் அதைப் பார்க்காம பூஜை அலமாரிக்கு முன்னாலியும், கோயில் இருட்டிலியும் உட்கார்ந்துண்டு வேர்த்து விறுவிறுக்கறானுகளே . . . என்னத்தைச் சொல்றது? . . .”

அம்பாகடாட்சம் சொல்லிக்கொண்டே உடல் குலுங்க உரக்கச் சிரித்தார். “இதுகளுக்கெல்லாம் படைப்போட தத்துவம் எப்படித் தெரியப் போறது” என்று சிரிப்பு அடங்கிக் கோபமாகப் பார்த்தது அவர் கண்கள்.

மங்களம் சொல்கிறாற்போல இல்லையே இவர் என்று அவரைப் பார்த்து சற்று திகைத்து நின்றார்.

“பைத்தியம் பேசறாப்பலதானே இருக்கு” என்றார் அம்பாகடாட்சம். “சரி, போ, பிரயாணம் ரொம்ப பெரிசு. களைச்சுப் போயிருப்பே. போய் ஸ்நானத்தைப் பண்ணி சாப்பிட்டு, கொஞ்ச நேரம் ரெஸ்ட் எடுத்துங்கோ எல்லாரும்.”

மங்களம் கையைக் கோத்தவண்ணம் சொன்னாள்.

“கலியாணத்தும்போது சொன்னேள். என்னை வந்து அடிக்கடி பார்க்க வாண்டாம். தொந்தரவு பண்ண வாண்டாம். சமயம் வரபோது பாத்துக்கலாம்னு.”

"சரி சரி, நீ போய்க் குளிச்சு அவனுக்குச் சாதத்தைப் போடு. எல்லாம் அசந்து போயிருக்கும். அப்பறம் பேசிக்கலாம்."

"சரி சரி சரி" என்று மங்களம் விருட்டென்று குளிக்க ஓடினாள்.

திண்ணை ஓரமாக இருந்த உக்ராண அறையைச் சுத்தப்படுத்தி அவருக்கு ஒழித்துக் கொடுத்திருந்தாள் தையும்மாள். அதற்குள் மறைந்துவிட்டார் அம்பாகடாட்சம்.

சாப்பிட்டதும் பையனையும் பெண்ணையும் உள்ளே கூப்பிட்டு கதைகள் சொல்லிக்கொண்டிருந்தார்.

செல்லப்பாவுக்கு அயர்வு தாங்கத்தான் இல்லை. மாலை நாலு மணி ஆயிற்று எழுந்துகொள்ள. காபி குடித்ததும் அம்பாகடாட்சம் அவரை உள்ளே அழைத்தார். அவர் போனதும் கதவைத் தாழிட்டுக்கொண்டார்.

"உட்காரு" என்றார்.

செல்லப்பா உட்கார்ந்ததும் "இதை வாசி" என்று ஒரு இரண்டு மூன்று தாள்களைக் கொடுத்தார். "இன்னிக்கிப் பௌர்ணமி. உன் கலியாணத்தும்போது மாப்ளைக்கு ஏதாவது உபதேசம் பண்ணனும்னு கேட்டுண்டான் உங்க மாமனார். ஞாபகம் இருக்கா?"

"இருக்கு."

"நான் என்ன சொன்னேன்?"

"இப்ப வாண்டாம். அதுக்கு ஒரு சமயம் வரும். அப்ப பாத்துக்கலாம். இப்ப வேலையை ஒழுங்கா செஞ்சிண்டிருந்தாப் போரும்னு சொன்னேள்."

"இன்னக்கி அதுக்குத்தான் வந்திருக்கேன். பௌர்ணமி. பொன் கிடைச்சாலும் புதன் கிடைக்காதுன்னு அசடெல்லாம் சொல்லும். பௌர்ணமி கிடைக்காதுன்னு சொல்லணும். உனக்கு எதாவது தெரிஞ்சுக்க இஷ்டமா?"

தி. ஜானகிராமன்

“எல்லாரும் ஆசார்யனைத் தேடித் தேடி ஓடுவா. வருஷக் கணக்கிலெ தவங்கிடப்பா. நீங்க என்னை இப்ப துரத்திண்டு வராப்பல வந்திருக்கேள். இஷ்டம் இஷ்ட மில்லேன்னு சொல்றதுக்கே எனக்கு அதிகாரம் ஏது?”

“பலே பலே. ஒரு படிச்ச ஞானி பேசறதுக்கும், பக்தி பக்தின்னு குருட்டு உருப்போடறவன் பேசறதுக்கும் என்ன வித்யாசம் பாரு... சரி இன்னிக்கு ராத்திரி பூஜை முடிஞ்ச வுடனே சொல்றேன். அதுக்கு முன்னாலெ இதை வாசி” என்றார்.

மடித்திருந்த தாள்களைப் பிரித்தார் செல்லப்பா. என்ன இது! மங்களத்தின் கையெழுத்து!

அம்பாலா

பார்வதி பரமேச்வரர்களே அவதாரம் எடுத்த ஜீவர்களை அருள வந்திருக்கும் பரமகுருவின் பாதங்களில் நமஸ்கரித்து தங்கள் பிரியமுள்ள புத்திரியான மங்களம் எழுதிக்கொண்டது. எங்கள் கலியாணத்தின் பொழுது தாங்கள் சொன்னதை ஞாபகப்படுத்துகிறேன். நான் என் கணவரோடு நமஸ்காரம் பண்ணியதும் என்னை அன்பாக முதுகில் அடித்து, “அவன் ஞானி. அவன் கிட்ட ஒழுங்கா நடந்துக்கோ” என்று சொன்னீர்கள். அதையே உபதேசமாகக் கொண்டு நான் என் அறிவுக்கு எட்டிய வரை நடந்து வருகிறேன். அவரும் நல்ல பக்தியும் குணமும் நிறைந்தவர். அடக்கமானவர். இதுவரையில் எனக்கு எள்ளளவும் துரோகம் செய்யாமல் நடந்துதான் வந்தார். ஆனால் விதிக்கு அது பொறுக்கவில்லை போலும். சில மாதங்களாக அவருடைய நடவடிக்கைகள் குழப்பமாக இருந்து வருவதாகத் தோன்றிற்று. நான் அவரை ஒன்றும் கேட்கவில்லை. தாங்கள் அருளியபடி அவரிடம் நான் ஒழுங்காக நடந்துகொள்ள வேண்டும். இருந்தாலும் மனது கேட்கவில்லை. சில புருஷர்களுக்கு இந்த மாதிரி சபலங்கள் ஏற்படுவது சகஜமாக இருக்கலாம். அதற்கு ஈடுகொடுக்க என்றே ஒரு வகுப்பாகப் பெண் ஜன்மங்கள்

உள்ளன. இதற்காக ஒரு குடும்பஸ்திரீயைக் குலைப்பது மகா பாதகமான செயல். அது நடந்துவிட்டது. நடந்துகொண்டு வருகிறது. அந்தப் பெண்ணையே கூப்பிட்டுக் கேட்டேன் – ஒரு சொப்பனம் கண்டு எழுந்து பதறிப்போய் அவளை வரவழைத்துக் கேட்டேன். ஒப்புக்கொண்டாள். என் உயிரை விட்டுவிடலாம் போலிருக்கிறது. இனி இந்த உலகத்தில் என்ன இருக்கிறது என்று தோன்றுகிறது? வெண்ணெய் திரண்டு வருமுன்பு தாழி உடைந்தாற்போல் நிற்கிறேன். இந்தக் குடும்பம் பரதேவதையை உபாசிக்கிற குடும்பம். எங்கள் வழியிலும் அவர் வழியிலும் அம்பாளை வீட்டில் நடமாடும்படி ஏங்கிக் கேட்கும் குடும்பம் . . . இப்போது இந்த குடும்பமே, இந்த வீடே சாபத்திற்கு ஆளாகி விட்டாற்போல் களையற்றுக் கிடக்கிறது. ஒரு நல்ல வீட்டில் குப்பை கூளம் எல்லாம் பறந்து வந்து இறைந்து கிடக்கிறது.

அவர் ரிடயர் ஆக இன்னும் மூன்று வருஷங்களே இருக்கின்றன. பிறகு ஊரில்தான் வந்து செட்டில் பண்ணப் போகிறோம். இந்த மாசு பண்ணிக்கொண்ட உடம்போடு எனக்கு அந்த வீட்டில் குடி புகுவது சரியில்லை என்று தோன்றுகிறது. குப்பை கூளமான இந்த உறவோடு நானும் அவரும் அந்த வீட்டில் வாழும்போது அந்த வீடும் மாசுபடும். சாந்தியில்லாத அவலமாகத் தோன்றும்.

வீட்டைக் கட்டி முடித்தவுடனேயே தங்களை அழைத்து அடியெடுத்து வைத்துப் புனிதப்படுத்த வேண்டும் என்று நான் எண்ணியிருந்தேன். அப்போது என்ன காரணத்தாலோ முடியவில்லை. இப்போது தாங்கள் வந்து தங்கள் திவ்விய சரணத்தால் கோவிலாகச் செய்ய வேணும். இவருக்கும் ஒரு சொல் சொல்லி கரையேற்றி கௌரவமான ஆத்மாவாக ஆக்க வேணும். தாங்கள் உடனே இந்தக் கடிதம் கண்டதும் ஊருக்கு வந்து தங்கி எங்களுக்குச் செய்தி அனுப்பினால் நாங்கள் உடனே புறப்பட்டு வருகிறோம். என்னுடைய துக்கத்தைச் சொல்லப் போதுமான வார்த்தைகள் இல்லை. அப்படித் துடிக்கிறேன்.

அதுவும் அவருடைய நல்ல வாழ்வையும் குழந்தைகளின் வருங்காலத்தையும் இந்தக் குடும்பத்தின் க்ஷேமத்தையும் நினைத்தே இந்தத் துக்கம் பொங்கிப் பொங்கி வருகிறது. இந்தக் கடிதத்தையே நான் செய்த சரணாகதியாக ஏற்று தாங்கள் உடனே ஏதாவது செய்து காப்பாற்றவேணும்.

தங்களிடம் அருள் செய்தியை சீக்கிரம் எதிர்பார்த்துக் கொண்டிருக்கிறேன். பார்வதி பரமேச்வர அவதாரமான தங்கள் இருவரின் அருளும் என்னையும் இந்தக் குடும்பத்தை யும் கைவிடாது என்று நிச்சயமாக நம்புகிறேன்.

அடிபணியும்,

மங்களம்

செல்லப்பா கடிதத்தைப் படிக்கும்போது ரத்தம் உடல் முழுவதும் சுண்டிவிட்டாற்போல் ஆயிற்று. ஒரு பேயறைந்த வெளிர் முகத்தில் படர, மீண்டும் ஒருமுறை படித்தார். படிக்கிறாற்போல எழுத்துக்களைப் பார்த்துச் சமைந்திருந்தார். எழுத்துக்கள் அவர் காணும் சூன்யத்தின் நடுவில் இடம் விட்டுவிட்டுப் பாய்ந்துகொண்டிருந்தன.

"படிச்சு முடிச்சாச்சா?" என்று குரல்.

"ம்."

"இதிலெ எழுதியிருக்கிறதெல்லாம் நிஜம்தானே?"

செல்லப்பா தலையாட்டினார்.

"அவ்வளவும்?"

"அவ்வளவும் இல்லெ."

"எவ்வளவு?"

"நேர்ந்தது சபலம் இல்லெ; ரொம்ப ஆழமான பந்தம்."

"அது சரி, நீ தாசிவீட்டுக்குப் போகலியே . . ."

". . ."

“இந்தப் பெண்ணைத்தான் ஒரு தாசி மாதிரி ஆக்கிப்ட்டே. ரண்டு பேரோட மட்டும் இருந்தாலும் தாசி தானே . . . சரி நீ நன்னா படிச்சவன். இப்பவும் உன்னை ஞானிதான்னு சொல்றேன். கடைசியா பார்த்தா சபலமும் ஆழமான பந்தமும் ஒண்ணுதான். நீ ஒத்துக்கமாட்டே. நீ இருக்கிற நிலையிலே வேற என்ன சொல்லப்போறே? ஆனா, அவன் அவன் குடும்பம், நீ, உன் குடும்பம். உன்னோட மாமா, அம்மா, அவளோட கந்தல் மனசு – இதெல்லாம் நானும் உன் மாதிரி பார்க்கிறேன். மங்களம் இன்னொரு லெட்டர் எழுதியிருக்கா. நீ உன் வாயால் உன் குடும்பத்துக்கு முன்னாலெ இதை ஒத்துக்கணும்னு. சபலமோ, ஆழமான பந்தமோ எதையும் தாண்டறதுக்கு அதுதான் வழி. கிழிச்சுத்தான் ஆகணும். ஆழமான பந்தம் இருந்து என்ன பண்றது. நீ இருக்கிற நிலையிலெ அவ புருஷன் இருக்கற நிலையிலே என்ன ஆகப்போறது? இந்த ஆழமான பந்தம் யாரையாவது இழுத்து அடி மணல்லெ கொண்டு சொருகப் போறது. காலை இழுத்துக்கிண்டு உன்னையும் எல்லாரையும் காப்பாத்திக்கிறதுதான் நல்லதுன்னு தோன்றது.”

செல்லப்பா பேசாமல் இருந்தார்.

“சம்மதமா?”

சம்மதம் என்பதுபோல் தலை ஆட்டினார்.

“சரி, போ . . . குளிச்சுப்ட்டு பூஜைக்குத் தயாரா இரு. ஆறு மணிக்கு.

பூஜை பூவும் அமளியுமாக நடந்தது.

ஊர்க்காரர்கள், தாழங்குடியிலிருந்து நாலைந்து குடும்பங்கள் – வீட்டில் கூடம் நிறைந்திருந்தது. மனைவியை உட்கார்த்தி ஆரத்தி காட்டினார் அம்பாகடாட்சம்.

“எல்லாரையும் நல்ல புத்திகொடுத்து காப்பாத்துமூ தாயே” என்று விழுந்து வணங்கினார் அவளை,

எல்லோரும் விழுந்து வணங்கினார்கள். குங்குமமும் சுண்டலும் வாங்கிக்கொண்டார்கள்.

பிறகு சிறிதுநேரம் உட்கார்ந்திருந்தார் அம்பாகடாட்சம். சுற்றிலும் எல்லாரையும் ஏற இறங்கப் பார்த்தார்.

"சரி, போங்கோ எல்லோரும். இந்த குடும்பத்தைச் சேர்ந்தவாளத் தவிர, மீதி எல்லோரும் போகலாம்" என்று ஒரு அதட்டல் குரல்.

கூட்டம் கலைந்தது.

"நீங்களும் போங்கோ" என்று தாழங்குடியிலிருந்து தையும்மாளுக்கு உதவிக்கு வந்திருந்த இரண்டு பெண்டுகளையும் பார்த்து அதட்டினார். "நீங்கோ போய்ட்டு நாளைக் காலமே வரலாம்."

பயந்தாற்போல இருவரும் வாசலை நோக்கி நடந்தார்கள்.

"தாப்பாப் போட்டுவாடி வாசக்கதவை" என்று மங்களத்தைப் பார்த்துக் கத்தினார் அம்பாகடாட்சம். அவள் போட்டுவிட்டு வந்தாள்.

"உட்காருங்கோ."

"செல்லப்பா, உன் பையனையும் பெண்ணையும் பக்கத்துலே உக்காத்திவச்சுக்கோ."

இருவரும் வந்து அருகில் உட்கார்ந்து கொண்டார்கள்.

"இப்ப சொல்லு பையன் காதிலெ. யாரை என்ன பண்ணினேன்னு –"

செல்லப்பா பேசாமல் உட்கார்ந்திருந்தார்.

"சொல்லு."

செல்லப்பாவுக்கு உதடு நடுங்கிற்று. எல்லோரும் அவரையே பார்த்தார்கள்.

"என்ன இது?" என்பதுபோல் ஒன்றும் புரியாமல் அவர் பெண் முகத்தைச் சுளித்தது. பையன் சுளிக்காமல் விழித்தான்.

"சொல்லு."

செல்லப்பா தன் பையனின் காதைத் தன் பக்கம் இழுத்துக்கொண்டார். "பட்டு மாமியோட சேர்ந்து தகாதபடி நடந்துண்டேன்" என்று உரக்கக் கத்தினார்.

தொண்டையில் கோப நடுக்கமும் ஆத்திர உரப்பும் ஒலித்தன. பிறகு பிள்ளையும் பெண்ணையும் ஒரு தடவை பார்த்தார். பேந்தப் பேந்த விழித்தார்.

அம்பாகடாட்சம் பக்கத்திலிருந்த தாம்பாளத்தில் பாலும் தேனுமாக விழுந்திருந்த நீரை எடுத்து அவர் மேல் தெளித்தார்.

"இதுதான் நான் அப்ப உன் கலியாணத்தும்போது அப்பறம் சொல்றேன்னு சொன்னேனே. நீ நித்தியப் புஸ்தகத்திலெ படிக்கிறதுதான். அனா சொல்றவன் சொல்லணும். இல்லாட்ட கள்ள நோட்டு மாதிரி" என்று சிரித்தார். காதில் சொன்னார்.

"சொல்லு."

செல்லப்பா திருப்பிச் சொன்னார்.

"நான் பண்றதைப் பண்ணிட்டேன். இனிமே நீதான் திருந்திக்கணும். இந்த சொல்லைச் சொல்றபோது இதெல் லாம் ஞாபகம் முதல்லெ வரும். அப்பறம் சரியாயிடும்" என்று செல்லப்பாவைக் குழந்தையைத் தடவிக் கொடுப்பது போல் தடவிக் கொடுத்தார்.

மங்களம் வந்து செல்லப்பாவின் முன் விழுந்து கும்பிட்டாள்.

"பச்சாதாபமோ?" என்று கத்தினார் அம்பாகடாட்சம். அப்படியே அவள் கூந்தலை லாவிப் பற்றி இழுத்தார்.

தி. ஜானகிராமன்

முதுகில் 'சொடேர் சொடேர்' என்று அடியாக விழுந்து கொண்டிருந்தது. "பண்றதையெல்லாம் நமஸ்காரமாப் பண்றே அவனுக்கு. எல்லாம் உன்னாலே வந்ததுதானேடீ! நமஸ்காரமா பண்றே, அரசிகக் குடுக்கே" என்று மீண்டும் மீண்டும் அடித்தார்.

செல்லப்பாவும் தையும்மாளும் பேய் அறைந்தாற் போல் பார்த்துக்கொண்டிருந்தார்கள்.

"மாமா, எதுக்கு அடிக்கிறேள். விடுங்கோ விடுங்கோ" என்று அழுகிற குரலில் பெண்ணும் பையனும் கத்தின. அவர்களுக்கும் இரண்டு அடி முதுகுக்கு ஒன்றாக விழுந்தது.

"பேசாம இருடா குழந்தே" என்று மங்களத்தம்மாள் தலைக் குலைவைச் சரிப்படுத்திக்கொண்டாள். அம்பாகடாட்சத்தின் முன் விழுந்து வணங்கினாள்.

"ராட்சசி" என்று மறுபடியும் மண்டையில் ஒரு அடி விழுந்தது. "எந்திரு. இலையைப் போடு. குழந்தைகள் ளாம் பசியோட காத்திண்டிருக்கு. நானும் அபசாரம் பண்ணிப்ட்டேன். குழந்தைகள் இத்தனை நேரம் காத்துண் டிருக்க முடியாது. பூஜை பண்ற பசங்கள்ளாம், குழந்தைகள், வந்த அதிதி எல்லாரையும் பட்டினிபோட்டு, பூஜை பண்ணிண்டே இருப்பன் அஸ்தமனம் வரைக்கும். அது அம்பாள் பசின்னு தெரியாம, வஜிரசும்ப வல்லார ஓழிகள், அந்த மாதிரி நானும் இருந்துட்டேன் இன்னிக்கி – அதுக்கு நானும் அடி வாங்கணும், இங்கே வா" என்று மனைவியை அதட்டினார்.

அவர் மனைவி அருகே வந்தாள்.

"என் கன்னத்திலெ ரண்டு போடு" என்று அதட்டினார்.

அவள் தட்டினாள்.

"ஓங்கிப்போட்றீ, வலிக்கும்படியா – என் தாயே."

அவள் ஓங்கி இரண்டு அறைவிட்டாள்.

குழந்தைகள் இரண்டும் இந்த அதிசயச் சூழ்நிலையை பார்த்து பேந்தப் பேந்த பயந்து விழித்தன.

சாப்பாடானதும் செல்லப்பாவை அழைத்துக்கொண்டு வாசலுக்குப் போனார் அம்பாகடாட்சம். பால் நிலவாக தெரு அமைதியில் கிடந்தது. வெள்ளை நாய் அவர்களைப் பார்த்துக் கூட ஓடிற்று. இருவரும் கீழ்க் குளத்தங்கரையைப் பார்க்க நடந்தார்கள். அதைக் கடந்து மண் ரஸ்தாவில் நடந்தார்கள். மேலே முழுமதி. கீழே வயல்கள்.

“இதுதான் அம்பாளோட அழகு. நீ இந்த மாதிரி ஒண்ணைப் பார்த்து கொஞ்ச காலம் சுருண்டு அவ மடியிலே கிடந்துட்டே. அவளும் அம்பாளோட ஒரு அம்சமாத்தான் இருந்திருக்கணும். இருந்தாலும் – இது உலகம். திருடப்படாது. சிவனுக்கே பார்வதின்னு ஒருத்தியை ஒதுக்கி வச்சுப்ட்டானுக. பிரம்மாவுக்கு சரஸ்வதின்னு ஒதுக்கி வச்சுப்ட்டானுக. இவன் மாதிரியே சாமிக்கும் பாகம் பங்கெல்லாம் போட்டு வச்சுட்டானுக. அப்பறம் திருடன், விடன்னு புதுசு புதுசா டிக்ஷ்னரி போடும்படியா ஆயிட்டுது. நாம இருக்கிற வரைக்கும் இந்த டிக்ஷ்னரியை விட முடியாது” என்ற நிலவையும் அதில் மின்னும் நாற்றுக் கதிர்களையும் பார்த்தார்.

“கெட்டிகாரப் பசங்கடா உங்க ஊர்ப் பசங்க. வரப் பெல்லாம் எத்தனை உசரம் போட்டிருக்காண்டா, டே எங்கப்பா” என்று சிரித்தார்.

பட்டுபோல மென்காற்று செல்லப்பா மீது தவழ்ந்தது.

எங்கோ நாய் இரண்டு குரைப்பது கேட்டது.

“பேஷ் பேஷ்” என்றார் அம்பாகடாட்சம். “இதைவிட எப்படி அழகா அம்பாளைப் பார்த்துப் பாட முடியும்?” என்று புன்னகையுடன் குரைப்பில் லயித்துவிட்டதுபோல் நின்றார் அம்பாகடாட்சம்.